தோழர் லெனின்

ஒரு புரட்சியாளரின் வாழ்வியல் பயணம்!

கோ. எழில்முத்து

சத்யா

Title
Thozhar Lenin
Ko. Ezhilmuthu
ISBN : 978-93-6666-674-7
Title Code : Sathyaa - 156

நூல் தலைப்பு
தோழர் லெனின்

நூல் ஆசிரியர்
கோ. எழில்முத்து

முதற்பதிப்பு
மே 2025

விலை : ₹ 180

பக்கம் : 148

Printed in India

Publiohcd by

Sathyaa Enterprises
No.134, First Floor,
Choolaimedu high road, Choolaimedu,
Chennai - 600 094.
044 - 4507 4203, +91 9080529054

Email
sathyaabooks@gmail.com

முன்னோட்டம் ...

புரட்சி அல்லது எழுச்சி என்ற சொல்லாடல் ஆங்கிலத்தில் Revalution இலத்தின் சொல்லான revoution என்ற சொல்லிலிருந்து பிறந்தது.

கிரேக்க அறிஞர் அரிஸ்டாட்டில் இது குறித்து சொல்லும் போது 'இருவித அரசியல் புரட்சி' என்கிறார்.

1. ஓர் அரசியல் அமைப்பிலிருந்து பிறிதொரு அமைப்பினை உருவாக்குவது

2. இருக்கும் அரசியல் அமைப்பை மாற்றுவது

உலக வரலாற்றில் அரசியல் முறைகள், காலம், கருத்தியல் தூண்டலினால் பல்வேறு மாறுபட்ட கலாச்சாரம், பொருளாதாரம், மாற்றத்துக்கான விளைவினை ஏற்படுத்தக்கூடிய மக்களுடன் இணைந்து செயல்படுத்துவதே.

ஆளும் வர்க்கத்தின் இடத்தில் தொழிலாளி வர்க்கத்தை அமர்த்து வதன் மூலம் தனியுடைமை சமுதாயத்தை கொண்டு வருதலும், வர்க்கமற்ற, சுரண்டலற்ற சமூகத்தை உருவாக்குவதே மார்க்சிய புரட்சி எனப்படுகிறது. ஆயினும் புரட்சிகள் சமூகத்தில் பல வடிவில் நிகழ்ந்தது; நிகழ்கிறது; நிகழ்ந்து கொண்டே இருக்கும்.

மக்கள் புரட்சியே ஒரு தேசத்தை மாற்றத்தை நிகழ்த்தி வெற்றி பெறச் செய்தன. அப்படி உலகில் தோன்றிய புரட்சி என பிரெஞ்சுப் புரட்சியைச் சொல்லலாம்.

1789 முதல் 1799 வரை பத்தாண்டு காலம் நடந்த பிரான்சு - ஐரோப்பியப் பகுதிகளில் அரசியல் களங்களில் நிகழ்ந்தவை பெரும் மாற்றத்தை ஏற்படுத்தியது.

பிரான்சில் பல நூற்றாண்டுகளாக நீடித்திருந்த முடி மன்னராட்சி நிலம், நிலப்பிரபுத்துவம், கிறித்துவ திருச்சபைகள் ஆதிக்கம் சரிந்து பிரெஞ்சு சமூகத்தில் மாபெரும் மாற்றங்கள் நிகழ்ந்தன. நூற்றாண்டு களாக நடைமுறையில் இருந்த அதிகார கட்டமைப்புகளும், கருத்து களும் தகர்க்கப்பட்டு பிரான்சின் இடதுசாரி அரசியல் அமைப்புகள் வீதியில் இறங்கிப் போராடிய சாதாரண மக்களும் இறங்கிப் போராடி மாற்றங்களுக்கு வித்திட்டனர்.

எட்டுமணி நேரம் வேலை, எட்டுமணி நேரம் உறக்கம், எட்டு மணி நேரம் பொழுதுபோக்கு என மனிதனின் வேலைக் கூறுகளை பிரித் தெடுத்து உழைப்பு நேரத்தை மாற்றிய அமெரிக்க சிக்காக்கோ நகரத்தில் பெரும் மக்கள் ஊர்வலம் சென்று உழைப்புப் புரட்சியின் ஒரு வடிவமாய் மாற்றி வென்றெடுத்தனர்.

இதனைத் தொடர்ந்து சோவியத்தில் மக்கள் புரட்சியாய் எழுந்தது தான் லெனின் வழி நடத்திய 'மாபெரும் ரஷ்யப் புரட்சி.'

இரணியல் போல் அரசாண்ட ஜார் எனும் கொடுகோலனின் ஆட்சி பொய், சூது, தீமையெல்லாம் விஷம் கக்கும் பாம்புகள் போல் மலிந்து வளர்ந்த அந்த நாட்டில், உழுது விதைப்பாருக்கு உணவில்லை. இம்மென்றால் சிறைவாசம்; ஏனென்றால் சைபீரிய வனவாசம், கொடுமையே அறமாக வாழ்ந்த நாட்டினை, லெனின் எனும் ஒற்றை மனிதன் மக்களிடம், குடிமக்கள் சொன்னபடி குடிவாழ்வு மேன்மை யுறக் குடிமை நீதிக்கு மக்களை, தொழிலாளிகளை, விவசாயிகளை ஒன்று திரட்டி, யாருமிப்போது அடிமையும் இல்லை என தலை நிமிரச் செய்த பெருமகன் ஸ்ரீமான் லெனின் ஆவார்.

எண்ணியதை முடிக்கவும், நல்லவையே எண்ணியும், திண்ணிய நெஞ்சம் கொண்டு தெள்ளிய நல்லறிவோடு மக்களைத் திரட்டி சோவியத் ரஷ்யாவை ஒன்றிணைத்து பொதுவுடைமை சித்தாந்தத்தை நிறுவிய மாபெரும் நாயகன் விளாதிமிா இலியச் லெனின் என்பவரது வாழ்வியல் பயணத்தை அடையாளப்படுத்துவதே இந்நூல்.

– அன்புடன்

கோ. எழில்முத்து

தொடர்பு எண்
99403 06746

உள்ளே...

1.	இளமையில் கல்	6
2.	அண்ணனின் போராட்டம்	14
3.	அடுத்தது என்ன?	17
4.	தொழிலாளர்களோடு	22
5.	சைபீரிய சிறையில்	27
6.	தண்டனைக் காலம்	38
7.	'லெனின்' பிறந்த கதை	43
8.	துப்பாக்கிச் சூடு	48
9.	மீண்டும் தலைமறைவு	60
10.	பள்ளி ஆசிரியர்	66
11.	அன்னை கல்லறையில்	72
12.	காட்டின் குடிசையில்	78
13.	அரசும் புரட்சியும்	83
14.	அரண்மனை கைவசம்	92
15.	சோசலிசப் புரட்சி	98
16.	கடமையை நிறைவேற்றுவோம்	103
17.	புரட்சியும் பட்டினியும்	109
18.	'மணி' அரசன்	114
19.	நேச நாடுகளும் மோசமான முயற்சிகளும்	119
20.	லெனின் மீது பாய்ந்த குண்டு	125
21.	அடி மேல் அடி	132
22.	'வெல்ஸின்' சூளுரை	138
23.	புதிய பொருளாதாரக் கொள்கை	143

1

இளமையில் கல்

'மனிதனிடம் உனக்கு எல்லாவற்றையும் விடப் பிடித்தது எது?' என்று தனது சகோதரர் அலெக்ஸாண்டரிடம் கேட்டார் விளாதிமிர் லெனின். 'உழைப்பு, அறிவு ஜீவிதம், நேர்மை' என்று பதில் அளித்த அலெக்ஸாண்டர் சற்று சிந்தித்தவாறே, லெனினிடம் சொன்னார், 'நம் தகப்பனார் அப்படிப்பட்டவர்' என்றாராம்.

இத்தகைய மேதா விலாசத்தின் குடும்பத்தில் பிறந்தவர்தான் பின்னாளில் புரட்சியின் தந்தை என விளிக்கப்பட்ட விளாதிர் இலியச் லெனின்.

விளாதிமிர் லெனின் ஏப்ரல் 22-ஆம் நாள் 1870களில் ரஷ்யாவின் வால்கா நதிக் கரையோரம் உள்ள ஸிம்பர்ஸ்க் எனும் நகரத்தில் உல்யானவ்-மாயா உல்யானவ் தம்பதியருக்கு மகனாகப் பிறந்தார்.

இவருடைய இயற்பெயர் விளாதிமிர் இலியச் உல்யானவ் என்பதாகும். அலெக்சாண்டர் மூத்த மகன், லெனினுக்கு அடுத்து டிமிட்டி என்ற சகோதரர்களும், ஆன்னா, மரியா, ஆல்சு என்ற சகோதரிகளும் லெனினுடன் பிறந்தவர்கள் ஆவர்.

லெனின் தந்தை உல்யானவ் மாவட்டக் கல்வி அதிகாரி. அடிப்படையில் கல்வியாளர். தேர்ந்த கல்வி ஞானமும், வாழ்வியலில் ஒழுக்கப் பாடமும் பழுதற கற்றவர்.

தந்தையைப் போலவே லெனின் சகோதரரான அலெக்ஸாந்தர் தேர்ந்த நூல்களைப் படிப்பதில் சிரத்தைக் கொண்டவர். அண்ணன் வழியே விளாதிமிரும் வாசிப்பு பழக்கத்தில் போட்டியாக தேர்ந்த நூல்களைப் படிப்பதில் ஆர்வம் கொண்டார்.

●

அந்த அமைதியான சூழலில் ஸீம்பர்ஸ்க் நகரில் வானம் பாடிகள் கீதம் பாடின. வோல்கா ஆற்றுக்கு மேலே கீதமிசைப்படி வானில் பறந்தன.

வீதிகளும் தோட்டங்களும் பறவைகளின் கீச்சொலியால் நிறைந்திருந்தன. தெருக்களில் இளவேனில் ஆட்சி செலுத்தின.

உல்யானவ் குடும்பத்தினரின் இல்லத்திலும் மகிழ்ச்சி துள்ளி விளையாடின. அவர்களின் இல்லம் வோல்கா ஆற்றுக்கு அருகில் இருந்தது. அந்த ஆற்றில் நீராவி கப்பல்களின் சங்கொலிகள் ஒலித்தன.

அம்மா தொட்டில் மீது குனிந்து தொட்டிலில் உள்ள தம் குழந்தையுடன், 'நீ எப்படிப்பட்டவனாக வளர்வாய், எது போன்ற வாழ்க்கை உனக்குக் கிட்டும்' என்று தனக்குள் முணுமுணுத்துக் கொண்டாள்.

தந்தை இல்யா நிக்கலாயெவிச் அறைக்குள் பிரவேசித்தார். அவருடன் அக்குழந்தையின் மூத்த குழந்தைகள் ஆன்னாவும் அலெக்ஸாந்தரும் தாயின் அருகில் வந்தனர். அன்னாவுக்கு அப்போது ஆறு வயது. அலெக்ஸாண்டருக்கு நான்கு வயது. அனைவரும் ஆவலுடன் தொட்டிலில் குழந்தையின் அருகில் வந்தனர்.

'அன்புச் செல்வங்களே உங்களுக்கு தம்பிப் பாப்பா பிறந்திருக்கிறான்' என்றார் தாய்.

'இவனுக்கு என்ன பெயர் வைக்கப் போகிறீர்கள்?' என்றான் அலெக்ஸாண்டர்.

தாய் உடனே 'விளாதிமிர்' என்று கூப்பிடுவோமே என்றாள்.

விளாதிர் உல்யானவ் என்னும் புதிய மனிதர், பிற்காலத்தில் இவரே மாபெரும் லெனின் ஆகப் புகழப் பெற்றார்.

நாளொடு மேனி பொழுதொரு வண்ணமாய் வளர்ந்து எட்டு வயது சிறுவன் ஆனான். இப்போது அவனுக்கு இன்னும் இரண்டு தங்கை, ஒரு தம்பி பிறந்தனர். அந்த இல்லமே குழந்தைகளின் குதூகலமாய் மகிழ்ந்து விளையாடிக் களித்தனர்.

மொத்தத்தில் வரிசையாய் அன்னா, அலெக்சாண்டர், விளாதிமிர், ஓல்கா, திமித்ரீ, மரியா என அக்காள், அண்ணன், தம்பிகள் என ஆறு பேர் கொண்ட குடும்பம் என்று சொல்லலாம்.

அன்னாவும், அலெக்சாண்டரும் உயர்நிலைப் பள்ளி மாணவர்கள். விளாதிமிர் வீட்டிலேயே கணிதம், ஆரம்பப் பாடல்களை பயின்று உயர்நிலைப் பள்ளிக்கு தயாராகிக் கொண்டிருந்தான்.

தாயார் பிள்ளைகள் படிப்பிக்கும் ஆசிரியையாய் இருந்து உலக நாடுகள் குறித்தும், இயற்கையின் அழகியலை போதித்தும் நெப்போலியன் அந்நாட்டில் மீது படையெடுத்ததையும், பரதினோ எனும் அவனுடைய படைகளுக்கும் ரஷ்ய படைகளுக்கும் நடந்த போரினை சுவைபட விவரிப்பார்.

தந்தையார் தனது பணியில் மூழ்கிக் கிடக்க, குழந்தைகளின் குரல் ஒலிகள் தகப்பனாரில் காதில் விழுந்து அவரது பணிக்கு இடையூறாக இருக்கக் கூடாது என, சமையல் அறை கதவை தாளிட்டு அவர் களிடம் கதைத்து மகிழ்வாள்.

தந்தையின் பணி நிமித்தம் வீடு மாற வேண்டியிருந்தது. புதிய வீடு, புதிய சூழல், ஜன்னல் கண்ணாடிகளில் பனிததுகள் படிந்து ரம்மிய மாய் காட்சித் தந்தது. குழந்தைகள் கைகளை தொடர் வண்டி போல் கை கோர்த்து விளையாடி மகிழ்ந்தனர். தந்தையோ, "இதோ வந்து விட்டது எங்கள் படை" என்று குதூகலிப்பார்.

மேலும் மகிழ்ச்சி துள்ளலோடு 'என் அன்புச் செல்வங்களே எப்போதும் இப்படியே ஒற்றுமையாய் மகிழ்ந்திருங்கள்' என்பார்.

உல்யானவ் குடும்பம் எல்லாரும் அதிகாலையில் எழுந்து விடுவது பழக்கமாய் கொண்டனர். செடிகளுக்கு தண்ணீர் உற்றுவது ஒரு பழக்கமாகவே கொண்டிருந்தனர். கிணற்றிலிருந்து நீர் இரைத்து தொட்டியில் நிரப்புவது அலெக்சாண்டர் விளாதிமிர் இருவரின் பணி.

காலை உணவின்போது, அன்று 'பிரெஞ்சு மொழி நாள்' என்று நினைவுபடுத்துவாள் தாய். சாப்பிட்டு மேஜையில் பிரெஞ்சு மொழி தான் பேச வேண்டும் என்று தாயின் கட்டளை. மறுநாள் ஜெர்மன் மொழி. வாரத்தில் இரு நாட்கள் இப்படித்தான்.

தினந்தோறும் தாய் மொழியான ரஷ்ய மொழியில் பேசுவது எளிது தான். ஆயினும் பிறிதொரு அயல் மொழியைக் கற்றுக் கொள்ள வேண்டும் என்பது தாயாரின் அவா.

அண்ணன் அலெக்ஸாண்டர் தேர்ந்த வாசகன். சிந்தனையைத் தூண்டும் நூல்கள் அவனுக்கு விருப்பம். அதே பொழுதில் இரசாயணம், இயற்கை இயலினும் அவனுக்கு ஈடுபாடு. அதனால் ஓர் அறையில் இரசாயண ஆய்வுக்கூடம், விலங்கு காட்சிச் சாலையும் அமைத்திருந்தான். அங்கே முள்ளெலி, இலைகள் மெல்லுவதையும், அணில்கள் தாவித் திரிவதையும் விளாதிமிர் அண்ணனோடு சேர்ந்து களித்து இன்புறுவான்.

அவர்களின் வீடே கலகலப்பாய் இருக்கும். வெய்யில் தாழ்ந்ததும் விளையாட்டுத் திடலில் தந்தையுடன் விளாதிமிர் மிக உற்சாகமாக விளையாடுவார்கள்; விவாதிப்பார்கள்; சிரிப்பார்கள், மொத்தத்தில் சிரிப்பும் கும்மாளமாக இருக்கும்.

குழந்தைகளை உல்யானா ஆற்றுக்கு அழைத்துச் செல்வார். நீந்திக் களிப்பார்கள். தந்தையின் கைகோர்த்த வண்ணமே விளாதிமிர் நடைபயில்வார்.

ஏதோ சிந்தித்தவாறே தந்தையுடன் நடைபயிலும் விளாதிமிரைப் பார்த்து, 'என்ன ஆழ்ந்த யோசனை' என்பார்.

மேலும், 'அந்த நட்சத்திரங்களை பார்த்தாயா? அவை எப்படித் தோன்றின? உலகத்தில் உயிர் வாழ்க்கை எப்படித் தொடங்கியது? நாம் எதற்காக வாழ்கிறோம்? நம் குறிக்கோள் என்ன?' என அடுக்கடுக்காய் கேள்விக் கணைகள் தொடுத்து அவர் சிந்தையை கிளறுவார்.

விளாதிமிருக்கு அப்போது பத்து வயதுதான். தகப்பனார் அவனுக்கு இணையாக பாவித்து அவனுடன் விளையாடினார்; கதைத்தார்; தன்னையொத்த நண்பராய் விளங்கினார்.

1879ஆம் ஆண்டு உயர்நிலைப் பள்ளியில் சேர தேர்வு எழுதினான். ஆசிரியர்களின் கேள்விகளுக்கு தங்கு தடையின்றி விடை தந்தான். கணக்குப் பாடத்திலும் மளமளவென்று விடை எழுதித் தந்தான். எல்லாவற்றிலும் நூற்றுக்கு நூறுதான். வீட்டில் அனைவரும் பாராட்டு மழையில் பொய்தார்கள். அண்ணன் அலெக்ஸாண்டரும், சகோதரி அன்னா என மூவரும் உயர்நிலைப் பள்ளியில் இணைந் தனர்.

விளாதிமிரின் தந்தை குழந்தைகளிடம் அன்பும், பாசமும், நேசமும் கொண்டவர். அவரது அறை பெரியது. ஒருபுறம் புத்தக அலமாரியும், பெரிய மேஜையும் எதிரே முட்டை வடிவச் சிறுமேஜையும் நீள் சோபாவும் இருக்கும். விளாதிமிருக்கு இதனைப் பார்க்க தந்தை மீது மிகுந்த மரியாதை கொண்டிருப்பார்.

அவரது தந்தை நிறைய வேலை செய்தார். சுற்றியுள்ள கல்வி நிலையங்களுக்குச் சென்று, மக்கள் கல்வி நிலையங்களின் இயக்குநர் என்ற வகையில் அறிக்கைகள் தயார் செய்வது, கட்டுரைகள் வரைவது, குறிப்புகள் எடுப்பது என எப்போதும் இயந்திர கதியாய் பணியாற்றி வந்தார்.

தந்தையைப் போலவே விளாதிமிர் திறமைசாலியாக இருந்தான். புது விஷயங்களை அறிந்து கொள்வதிலும், விடாப்பிடியாக உழைக்கும் வல்லவன் என்பதை அவரது தகப்பனார் அவனை அறிந்து கொண்டார்.

விளாதிமிர் அண்ணன் அலெக்சாண்டர் உயர்நிலை படிப்பை முடிந்து பீட்டர்ஸ்பர்க் பல்கலைக் கழகத்தில் சேர்ந்தான்.

விளாதிமிரின் சிறு படிப்பறை மாடியிலும், அதேபோன்ற சிறு அறை அலெக்சாண்டருக்கும் ஒதுக்கப்பட்டது. அண்ணன் பீட்டர்ஸ்பர்க் சென்ற பிறகு அவன் தனிமையானான்.

தந்தையின் மரணம்

தன் அறையில் விளாதிமிர் தன் பாடப் புத்தகத்தை ஒழுங்காக அடுக்கி வைப்பான். மாலையில் சிறிது விளையாட்டுக்குப் பின் படிப்பில் மூழ்கிப் போவான். விளாதிமிர் பாடப்புத்தகத்தில் படிக்காததை தப்ரலியூபவ், பீஸரியேவ், பெலீன்ஸ்கீ, ஹெர்த்ஸன் ஆகியோரின் நூல்களில் மூழ்கி படிக்காத, கேட்காத சமூகத்தின் காணும் அவலங்களை அவனுக்குச் சுட்டிக்காட்டின.

மறுபுறம் தந்தையின் ரஷ்ய சமூகத்தின், தான் பணிபுரியும் இடத்தின் அவலங்களை தன் பிள்ளைகளுக்கு சுவைபட உரைப்பார்.

“எங்கோ எட்டாக் கையில் அந்த கிராமத்து நடுவில் அந்தப் பள்ளிக்கூடம் இருக்கும். ஆசிரியையின் அறையும் அதிலேதான். செய்தித்தாளோ புத்தகங்களோ கிடையாது. கதகதப்புக்கு எரிக்க விறகு கிடையாது. விறகினை சேமிக்காமல் இருந்து விட்டார்கள். இதற்குக் காரணம் பணக்கார கிராம முன்சீப்பை ஆசிரியை திருப்திப் படுத்தவில்லையாம். ஆகவே அவளை தொல்லைப்படுத்தவே இத்தகைய ஏற்பாடு.

பணக்காரனோ, கிராமத்தார் எல்லாரையும் கைக்குள் அடக்கி வைத்திருக்கிறான். விவசாயிகளுக்கு எந்தவித வசதியும் உரிமையும் இல்லை. கொஞ்சமாக நிலம். எல்லா நிலமும் பணக்காரர்களிடத்தும் நிலப்பிரபுக்களிடமே உள்ளது. ஏழைகளோ சாப்பாட்டுக்கு வகை யில்லாமல் இருக்கிறார்கள்” என அவர்களின் வாழ்வியலை படம்பிடித்துக் காட்டுவார்.

விளாதிமிர் விடுமுறை நாட்களில் தங்கையுடனேயே காலம் கழித்தான்.

'நாமும் எப்போது மேல் படிப்புக்கு பீட்டர்ஸ்பர்க்குக்குப் போகப் போகிறோமோ' என்று ஏக்கத்துடன் பேசிக் கொள்வார்கள்.

ஒரு விடுமுறை நாளில் பீட்டர்ஸ்பர்க்கிலிருந்து அன்னா மட்டுமே வந்தாள். காரணம் வரவு, செலவுதான்.

தந்தை உல்யானாவுக்கு ஓய்வு ஒழிச்சலற்ற வேலை. பள்ளிக்கூடங் களின் வேலை குறித்து ஆண்டு அறிக்கை தயாரிப்பு, காலை முதல் நள்ளிரவு வரை எழுதியபடியே இருந்தார். பாடதிட்டம் எந்த அளவு இருக்கிறது? மாணவர்கள் எந்த அளவு முன்னேறி இருக்கிறார்கள்? என விவாதிக்க மேற்பார்வையாளர்கள், அதிகாரிகள், ஆசிரியர்கள் நாள் முழுதும் வந்தவண்ணம் இருந்தனர். இதனால் அவர் சோர் வடைந்தார்; உடல்நிலையும் பாதிப்புக்கு உள்ளானது.

தன் தந்தை எப்போதும் போல் இல்லை என்பதை விளாதிமிர் மனத்தில் தைத்தது.

தாயார் தந்தையைக் கண்டு வருகிறேன் என்று அவரது அலுவல் அறைக்குச் சென்றாள். 'ஆன்னா, விளாதிமிர்' என்று வீரிட்டு அலறும் சத்தம் கேட்டது.

தகப்பனார் மங்கிய பார்வையுடன் அந்த நீள சோபாவில் சுருண்டு கிடந்தார். அவரை கடும் குளிர் வாட்டி எடுத்தது. உடம்பு உதறல் எடுத்தது.

மருத்துவரை அழைத்து வர ஓடினார்கள் ஆன்னாவும், விளாதிமிரும். சற்று நேரத்தில் அழுகுரலும், கலவரத்துடன் பேசியதும் காதில் ஒலித்தன.

ஒரு மணி நேரத்தில் இல்யா நிக்காயெவ்வச் மரணத்தைத் தழுவி னார். சவப்பெட்டி முற்றத்தில் வைக்கப்பட்டது. மூன்று நாட்கள் தாயார் யாரிடத்தும் பேசாமல் தனது கணவரையே பார்த்துக் கொண்டிருந்தாள். பெண்கள் வாய் விட்டு அழுதார்கள்.

விளாதிமிருக்கு கண்ணீர் கண்களில் மிளிர்ந்தது, மூச்சு திணறிற்று. ஆனால் அதனை அடக்கி நெஞ்சை திடப்படுத்திக் கொண்டான்.

"அப்பா என் அன்பு தந்தையே! நீ இறந்தா விட்டாயா? மெய்யாகவா? நீ இல்லாமல் நாங்கள் எப்படி வாழப் போகிறோம்" என்று தன் உள்ளத்தளவில் கதறினான்.

அவரது தந்தையின் இறுதி அஞ்சலிக்கு ஏராளமானோர் வந்தனர். ஆசிரியர்கள், மாணவர்கள், நண்பர்கள் வந்தார்கள். தன் தந்தை மக்களுக்கு ஆற்றிய பயனுள்ள செயலை விளாதிமிர் அறிந்திருந்தான்.

கடுங்குளிரும், வெய்யிலொளியும் நிறைந்த அந்த பகல் நேரத்தில் அவரது பூத உடல் மாணவர்களால் சுமந்து சென்று அடக்கம் செய்யப்பட்டது.

'அப்பா, போய் வா! நீ செய்த எல்லாவற்றுக்கும் நன்றி' என துயரம் பொங்க மனத்துக்குள் சொல்லிக் கொண்டான் விளாதிமிர்.

❖

2

அண்ணனின் போராட்டம்

ஒருமுறை லெனினின் தந்தையார், இரு இளைஞர்களை அழைத்து வந்து, "இவர்கள் உயர்கல்வி தேறுபவர்கள். இவர்களுக்கு நீதான் மேலும் கல்வி பயில உதவ வேண்டும். இவர்கள் இன மக்களுக்கு அவசியம் கல்வி தேவை" என்றார்.

இதற்கு விளாதிமிர் லெனின் இணங்கினார். அவர்களிடம் அதற்கான ஊதியம் ஏதும் பெறவில்லை. தந்தை காலமான பின் அவர்களுக்கு முழு முயற்சியுடன் கல்வியை போதித்தார். அப்போது தந்தையார் சொன்ன வார்த்தைகள் அவரின் செவிகளில் ஒலித்துக் கொண்டே இருந்தது. 'சுவாஷ் இன மக்கள் கல்வி பயில வேண்டும் என்பதற்காக பள்ளிச் சாலைகள் திறக்க வேண்டும்' என்பார்.

அவர்களும், 'அவர் பெரிய மனிதர், மக்களின் நன்மைக்காகவே வாழ்ந்தார்' என புகழாரம் சூட்டினர்.

விளாதிமிர் லெனினும், மக்களின் நன்மைக்காக வாழ்வது எப்படி? மக்களின் உண்மை காவலர்கள் புரட்சிக்காரர்களோ இவர்களோடு இணைந்து புரட்சிப் போராட்டத்தில் ஈடுபடுவது எப்படி? என்று

யோசித்தவாறு அவர்களுடன் இணைந்து யோசனையில் ஈடு பட்டார்.

உயர்நிலைப் பள்ளியில் நிலவிய கொடுமையான ஒழுக்கக்கேடு, அவனை நிலைகுலையச் செய்தது. விளாதிமிருக்கு கடவுள் நம்பிக்கை இல்லை. கழுத்தில் மாட்டிக் கொண்டிருந்த சிலுவையைக் கழற்றி எறிந்தான். நம் சமூகம் எப்படி நியாயமற்ற முறையில் இருக்கிறது. பணக்காரர்கள் எப்படி வீண்பொழுதைக் கழிக்கிறார்கள். ஏழை பாழைகளோ ஓய்வு ஒழிச்சலில்லாமல் உழைக்கிறார்கள். இது நியாயமா?

அரசை ஆளும் ஜாரையும் பிடிக்கவில்லை. அவனை எதிர்த்துப் போராடுவது எப்படி? என்று யோசித்தவாறு பள்ளிக் காலத்தினை கழித்தான். அதே சமயம் அவரது அண்ணன் அலெக்சாண்டர் பீட்டர்ஸ்பார்க்கில் இதையெல்லாம் யோசிக்கிறானா. ஒரு வேளை இதனின்று விலகி அறிவியலில் நாட்டம் கொண்டிருக்கிறாரா? என்பதும் தெரியவில்லை.

1887ஆம் ஆண்டு மார்ச் மாதம் முதல் தேதி, வகுப்பில் கடைசி பாடம் நடந்து கொண்டிருந்தது. அப்போது ஒருவன் அவனிடம் ஒரு சேதி சொன்னான்.

பள்ளி ஆசிரியை வேரா வஸிலீயென்னா கஷ்கதாமவா, ஒரு கடிதத்தை நீட்டினாள். அது பீட்டர்ஸ்பார்க்கிலிருந்து வந்திருந்தது. அதில், 'மார்ச் முதல் நாள் சில மாணவர்கள் ஜார் மூன்றாம் அலெக்சாண்டரைக் கொல்ல முயன்றார்கள். முயற்சி தோல்வி கண்டது. எல்லா மாணவர்களும் கைது செய்யப்பட்டனர். அதில் அண்ணன் அலெக்சாண்டர் உல்யானாவும் ஒருவர்.'

கடிதம் விளாதிமிருக்கு அதிர்ச்சியைத் தந்தது. வெகுநேரம் ஒன்றுமே பேச முடியவில்லை.

அலெக்சாண்டர் அண்ணன் ஒடிசலும் உயரமானவன். அவனுடைய பெரிய விழிகளில் எப்போது சிந்தனை வசப்பட்டிருக்கும். திறமை சாலி, கூரிய அறிவு கொண்டவன். உடன் பயின்ற சகோதரி அன்னாவும் கைது செய்யப்பட்டு விட்டாள்.

தந்தையின் மரணம், அம்மா இன்னும் துக்கம் கொண்டாடி வந்தாள். ஆயினும் அவள் அழுது ஒப்பாரி வைக்கவில்லை, சற்றே வாடினாள். விளாதிமிர் கருப்புடை அணிந்து இனி வீட்டில் என்ன செய்ய வேண்டும், எப்படி வாழ வேண்டும் என திடப்படுத்தியவாறு இருந்தார். பீட்டர்ஸ்பர்க் நோக்கிப் புறப்பட்டாள் தாய்.

இப்போது வீட்டின் மூத்தவன் விளாதிமிர்தான். சோகத்தில் ஆழ்ந்தான். அவனது சகோதரி, 'ஏன் உம்மென்று இருக்கிறாய். என்னோடு விளையாடேன்' என்று நச்சரித்தாள்.

விளாதிமிர் சோகத்தை அடக்கிக் கொண்டு அவளோடு விளையாடினான். தங்கையோ 'என்ன ஆயிற்று அண்ணா? ஏன் சோகமாய் இருக்கிறாய்' என்றாள்.

அரையாண்டு தேர்வும் வந்தது. அண்ணன் விளாதிமிரும் தங்கை ஓல்காவும் சோகத்துடனே தேர்வு எழுதினர்; தேர்வும் பெற்றனர்.

பத்திரிகைகளில் 'காலஞ்சென்ற கல்வி இயக்குநரின் மகன் அலெக்சாண்டர் கைது' என விளக்குக் கம்பங்களில் போஸ்டர் ஒட்டப்பட்டிருந்தது.

அதில் 'ஜார் மூன்றாம் அலெக்ஸாண்டரைக் கொலை செய்ய முயன்ற ஐந்து மாணவர்களுக்கு மரண தண்டனை' அதில் அண்ணன் அலெக்சாண்டரும் ஒருவன்.

மரண தண்டனை பற்றிய அறிவிப்பு போஸ்டர்கள் எங்கும் ஒட்டப்பட்டிருந்தன.

வோல்கா நதிக்கரையோரம் விளாதிமிர் அண்ணன் அலெக்சாண்டருடன் நடைபயின்ற இடத்தில் அடிக்கடி அண்ணனின் நினைவுடன் நடந்தான்.

ஒரு வாரத்தில் தாயார் வீடு திரும்பினார். தாயார் ஒரேயடியாய் முதுமை கண்டு விட்டதை உணர்ந்தான் விளாதிமிர்.

3

அடுத்தது என்ன?

மறைந்த உல்யானவ் மூத்த மகன் சிறையில் மரண தண்டனை செய்தியறிந்த ஊர் மக்கள் அவரின் குடும்பத்தினரை விலக்கி ஒதுக்கித் தள்ளினர். அவரது மனைவி மரீயாவை எதிரில் கண்டால் பாராமுகமாக கடந்து சென்று விடுவர்.

அன்னையோ, தலை நிமிர்ந்தவாறு வீதியில் நடக்கலானாள். அவள் அழவில்லை. அலெக்சாண்டரைப் பற்றி பேச்சே எடுக்கவில்லை.

விளாதிமிரோ தன் அண்ணனைக் குறித்து, 'மனோதிடம் உள்ளவன் தன்மானம் பெரிது என்று எண்ணுபவன்' என்று தன் சக நண்பர்களோடு பகிர்ந்து கொண்டான்.

விளாதிமிர் உயர்நிலைப் பள்ளியில் முதல் வகுப்பில் தேறினான். மரண தண்டனை பெற்றவனின் தம்பிக்கு தங்கப்பதக்கம் கொடுக்கலாமா? வேண்டாமா என பள்ளி நிர்வாகம் யோசித்தது. இறுதியில் அவனுக்கு தங்கப் பதக்கம் கொடுக்கத் தீர்மானித்தனர்.

தந்தையின் மரணத்துக்குப் பின், அவரது குடும்பத்தின் தந்தையின் பென்ஷன் தொகை கொண்டே வாழ்ந்தது. யாரும் வேலைக்கும்

போகவில்லை. குடும்பச் செலவுக்கு பென்ஷன் தொகை போதுமான தாக இல்லை. சிரமப்பட வேண்டியிருந்தது.

வேறு ஊர் நோக்கி செல்ல முடிவெடுத்தனர். செய்தித்தாளில் விளம்பரம் தந்தனர். 'தோட்ட வீடும், பியோனா, நாற்காலி, இதரப் பொருட்கள் விற்பனைக்கு உள்ளன. மஸ்கோவ்ஸ்கயா வீதி, உலியானாவ் குடும்பத்தினரை அணுகவும்.'

விளாதிமிர் தன் அண்ணனைப் பற்றியே சிந்தனையில் ஆழ்ந்தான்.

"அலெக்சாண்டர், நீ ஜாரின் ஆட்சியை வெறுத்தாய். அதனால் அவனைக் கொன்றாய். அவனைக் கொன்றால் சமூகம் மாறிவிடும் என்று நினைத்தாய். மக்களின் வாழ்க்கை அடியோடு மாறிவிடும் என்று நினைத்தாய். ஆனால் எவ்வித மாற்றமும் நிகழவில்லை. அந்த இடத்தின் மூன்றாம் அலெக்சாண்டர் அமர்ந்து விட்டார். நிலைமை சரியானதா? இல்லவே இல்லை. எனவே வேறு விதமாக போராட வேண்டும்" என்று நினைவலைகள் எழுந்தன. வீடும் விற்பனை யானது. பியானோவைத் தவிர மற்றவை எல்லாம் விற்பனை ஆயின.

உல்யானவ் குடும்பத்தினர் பியானாவுடன் காஸான் நகரத்துக்கு பயணப்பட்டனர்.

காஸான் நகரமும் அப்படியேதான் இருந்தது. முக்கியமாக ஏழை மாணவர்கள், கல்லூரி கட்டணம் பல மடங்கு அதிகம் என்பதால் கல்லூரியில் சேர மக்கள் சிரமப்பட்டனர். காஸான் பல்கலைக் கழகம் பயிலும் மாணவர்கள் முகத்தில் ஏக்கமும் துயரமுமே மிஞ்சின. சிறைச்சாலை போல, ஏன்? ரஷ்யா முழுதுமே அப்படித் தான் இருந்தது.

1887ஆம் ஆண்டு டிசம்பர் மாதம் 4ஆம் தேதி செய்தித்தாள்களில் மாணவர்களின் போராட்ட நடவடிக்கைப் பற்றிய செய்திகள் நாளேடுகளில் ஒலித்தன. 'நமது உரிமைகளை மீட்போம், போராடுங்கள்' என ரகசிய வேண்டுகோள் காஸான் மாணவர் களிடையே தோற்றம் கண்டது.

மதிய வேளையில், 'மாணவர்களே கூட்டத்தில் கலந்து கொள்ள வாருங்கள்' என்றழைத்தனர்.

மாணவர்கள் கூட்டம் தடதடவென பல்கலைக் கழகத்தின் இரண்டாம் மாடிக்கு விரைந்தனர். அதில் விளாதிமிரும் கலந்து கொண்டான். கூட்டத் தலைவன் முழங்கினான்.

'தோழர்களே! சுதந்திரம் காப்போம், உரிமைகளை மீட்போம், ஒன்றுபடுவோம், வெற்றிக் கொள்வோம்' என முழங்கினர்.

கூட்டத்துக்குள் போலீஸ் புகுந்தது, எச்சரித்தது.

மாணவர்கள் போலீஸை நோக்கி, 'வெளியேறு, அடக்குமுறை ஒழிக' என்று கோஷமிட்டனர். தலைமைக் காவலர் அரண்டார். ஓடிப் போனார்.

பல்கலைக்கழகத் தலைவர் வந்தார். மாணவர்கள் அவரிடம் தங்கள் கோரிக்கைகளை முன் வைத்தனர்.

'ரஷ்ய வாழ்க்கை சகிக்க முடியாததாகி விட்டது. மாணவர் வாழ்க்கை படுமோசமாக இருக்கிறது' என்று கோரிக்கை வாசகம் அடங்கியிருந்தது.

மாணவர்களின் கொந்தளிப்பை உணர்ந்த பல்கலைக் கழகத் தலைவர் அமைதிப்படுத்தியும் அடங்கவில்லை.

தோழர்களே, எதிர்ப்புக்கு அடையாளமாக பல்கலைக் கழகத்தி லிருந்து வெளியேறுவோம். மாணவர்கள் அடையாள அட்டை களை திருப்பித் தந்தனர். விளாதிமிரும் தன் அடையாளச் சீட்டை வைத்தான்.

மாணவர்கள் பல்கலைக் கழகத்தால் வெளியேற்றப்பட்டனர். விளாதிமிரும் அதில் அடக்கம். இரவு அவன் கைது செய்யப் பட்டான். போலீஸ் கண்காணிப்பில் கக்கூஷ்கினோ கிராமத்துக்கு அனுப்பப்பட்டான்.

அங்கு விளாதிமிருக்கு வாசிப்பே சுவாசிப்பானது. எழுத்தாளர் செர்னிஷேவ்ஸ்கீயின் ரஷ்ய சமூகம் எவ்வாறு யதார்த்த வாழ்க்கை யில் இருக்கிறது என்பதை படம் பிடித்துக் காட்டும் முறையும் புரட்சி செய்ய அவர் அழைக்கும் முறையும் அவரை வெகுவாக கவர்ந்தன.

ரஷ்யாவில் அதிகார வர்க்கத்தின் தொழிலதிபர்களும், நிலப்பிரபுக் களின் ஆட்சியும், குடியானவர்கள், தொழிலாளர்கள் படும் துயரத்தையும் வெளிச்சமிட்டுக் காட்டும் புத்தகத்தில் மூழ்கிப் போனான். புதுப்புது செய்திகள் அவன் சிந்தையில் படர்ந்தது.

புரட்சி என்ற சிந்தனைப் போக்கில் ஆழமாக மூழ்கினான். எனினும் வாழ்க்கை நடத்த என்ன செய்ய? எனவே பட்டப்படிப்பு படிக்கவும், ஏதேனும் ஒரு துறையில் தேர்ச்சி பெறவும் முனைந்தான்.

காஸான் பல்கலைக் கழகத்துக்கு விண்ணப்பித்தான். விண்ணப்பம் நிராகரிக்கப்பட்டது. கல்வி அமைச்சருக்கு மேல் முறையீடு செய்தான். அதுவும் நிராகரிக்கப்பட்டது. மீண்டும் முயற்சிக்க அதுவும் திரும்பி வந்தது.

எனவே சட்டம் பயல முனைந்தார். எனவே தன்னிச்சையாக கற்றுத் தேற முடிவு செய்தான். நான்கு ஆண்டு பழுதறக் கற்று தேற வேண்டி யதை ஒனறரை ஆண்டுகள் படித்து முடித்து தேர்வு எழுத பீட்டர்ஸ்பர்க் சென்றார்.

எழுத்துத் தேர்விலும், நேர்முகத் தேர்விலும் சரளமாய் விடை யளித்தார். பேராசிரியர்கள் அவரிடம் கருத்துகளை பரிமாறிக் கொண்டார்கள். தேர்ந்த மதிப்பெண்கள் பெற்று தேர்வு பெற்றார்.

விளாதிமிர் என்ற இயற்பெயர் கொண்ட இல்யீச் என்ற இல்யாவின் மகளின் உள்ளம் கொண்டாட்டத்தில் துள்ளியது.

தாய், தங்கைகள் தமது மகிழ்ச்சியை கொண்டாடினார். தான் உழைத்து வீண் போகவில்லை. அடுத்து என்ன? எனத் தீர்மானித்தார்.

பீட்டர்ஸ்பர்க்கில் நிலையாக குடிபெயர்தல் வேண்டும். ரஷ்யப் புரட்சிக்கான நடவடிக்கையே ஈடுபட வேண்டும் என்று தீர்மானித் தார். இந்நேரத்தில் தங்கை ஓல்காவின் உடல் வெகுவாகப் பாதிக்கப் பட்டது. தாய்க்கு தகவல் தந்தார். தாயார் பீட்டஸ்பர்க் வருவ தற்குள் அண்ணன் மரண தண்டனை பெற்ற நாளில் தங்கை ஓல்காவும் மரணித்தாள்.

ஓல்காவின் உடலை அடக்கம் செய்து விட்டு தாயுடன் ஸமாரா நகருக்குத் திரும்பினார். அங்கேதான் கார்ல்மார்க்ஸின் எழுத்துக் களைப் பயின்றார்; ஆழ்ந்து அதில் மூழ்கினார்.

மார்க்ஸின் போதனைகள் அவர் சிந்தையைக் கவர்ந்தது; ஆட் கொண்டது. வருங்கால பயணத்துக்கான வழியும் கிடைத்தது.

மார்க்ஸின் போதனைகளை பயின்றவர்கள் அப்போது ரஷ்யாவில் மார்ஸியவாதிகள் எனப்பட்டனர். விளாதிமிரும் மார்க்சீயவாதி ஆனார். அந்த குழுவில் இணைந்து மார்க்ஸின் கருத்துகளை மக்களிடம் கொண்டு செல்லும் செயலில் இறங்கினார். ஆயினும் இதனை ரகசியமாகவே செய்ய முடிந்தது.

ஒரு வழக்கறிஞராக குடியானவர்கள், ஏழைகளின் தரப்புகளுக்கு வாதாடினார். பெரும்பாலான வழக்குகளில் தீர்வினைக் கண்டு ஏழை மக்களின், விவசாயிகளின் அன்பைப் பெற்றார்.

1893 களில் அவரது குடும்பம் ஸமாராவிலிருந்து வெளியேறினார்கள். தாயுடன் மாஸ்கோ சென்றடைந்தார்கள்.

விளாதிமிர் வலியும், புரட்சியும் உற்சாகமும் பொங்க தனியே பீட்டர்ஸ்பர்க் சென்றார்.

❖

4

தொழிலாளர்களோடு ....

ஒரு மாலைப் பொழுதில் விளாதிமிர் குதிரைகள் பூட்டிய டிராம் வண்டியில் பயணம் செய்து கொண்டிருந்தார். எங்கே போகிறோம், எத்திசை வழியில் செல்கிறோம் என்ற நிலையில் நேவ்ஸ்கயா ஜஸ்தாவா என்ற தொழிலாளர் பிரிவின் தொழிலாளர் குழு கூட்டத்துக்கு செல்ல தீர்மானித்தார்.

போகும் வழியில் அவ்வண்டியில் ஒரு உளவாளியும் ஏறினான். செய்தித்தாளை படிப்பவன் போல் விளாதிமிரை நோட்ட மிட்டான். போலீஸ் உளவாளி என்றறிந்து கொண்ட விளாதிமிர் மேல் கோட்டை இழுத்து மூடியபடி உறங்குவதுபோல் கிடந்தார். ஓரிடத்தில் வண்டி நின்றது.

'யார் இறங்க வேண்டும்?' என்று கேட்டார் கண்டக்டர். யாரும் குரல் கொடுக்கவில்லை. விளாதிமிர் இதுதான் சமயம் என்று வண்டி மீண்டும் புறப்படும் நேரத்தில் வெளியே குதித்தார்; ஓடினார். உளவாளியும் இறங்கினான். அதற்குள் அவர் சந்து பொந்தில் ஓடி மறைந்தார். அடுத்த தெருவுக்குப் போய் தொழிலாளர் கூட்டத்தின் இடத்தை அடைந்தார்.

விளாதிமிர் இலியச் தொழிலாளர் குழுக் கூட்டம் சென்றது எதற்காக? அதற்கு மார்க்ஸ் விடை தருகிறார்.

“தொழிலாளர்கள் சமூகத்தை மாற்றி அமைக்கும் சக்தி உண்டு. தொழில் அதிபர்களுக்கும் ஜார் மன்னனுக்கும் எதிராக கிளர்ச்சி செய்ய விரும்பினால் ஒன்று சேர வேண்டும். குறிக்கோளை திட்டமிட்டு அதை நோக்கி முன்னேற வேண்டும். அவர்களின் குறிக்கோள் ஒன்றுதான். ஆட்சி அதிகாரத்தைத் தங்கள் கையில் எடுத்துக் கொள்வதே அது. உழைப்பாளிகளின் அரசை நிறுவுவதே அது. நேர்த்தியான அரசு, அப்பழுக்கற்ற சமூகம்.”

இந்தச் சமூகத்தை ‘கம்யூனிச சமூகம்’ என்றழைத்தார் மார்க்ஸ்.

அக்காலத்தில் பீட்டர்ஸ்பர்க் நகரில் பல்வேறு பகுதிகளில் தொழிலாளர்களின் இயக்கம் ஆங்காங்கே கிளர்ந்தெழுந்தன. இக்குழுக்களிடையே தன்னை இணைத்துக் கொள்ள முதலில் முனைந்தார்.

“தோழர்களே! நாம் எல்லோரும் தொழிலாளி மக்களிடையே மார்க்சின் போதனையை கொண்டு செல்ல வேண்டும். புரட்சிக் கான பாதையை உருவாக்க வேண்டும்” என்று கூறினார் விளாதிமிர்.

இதன் விளைவு ‘தொழிலாளி வர்க்க விடுதலைக்காகப் போராடும் சங்கம்’ உருவானது. முதலில் பீட்டர்ஸ்பர்க்கில் உருவானது பின்னாளில் சோவியத் முழுதும் பரவியது. இதற்கான தலைமையை தானே சுமந்தார்.

இதற்கான பணிகளில் ஈடுபட்டதோடு இதற்கான புரிதலை தொழிலாளர்களிடையே கொண்டு செல்ல புத்தகங்களும் எழுதி னார். இதன் முதல் நூலில் ‘மூலதன ஆட்சியை எதிர்த்துப் போராடுவது எப்படி? இதனை ஒழுங்கமைத்து கொண்டு செல்வது எப்படி’ என்று உரைத்தது.

இதனை தொழிலாளர்களே முன்னின்று அச்சடித்து மக்களிடம் கொண்டு சென்றனர்.

வெளிப்படையான அரசியல் என்னும் இந்த நேர் வழியில் கொண்டுச் செல்ல அத்தனை முயற்சிகளிலும் ஈடுபட்டார். அவரது நூல் தொழிலாளர்களை, மக்களை புரட்சிக்கு அழைத்துச் சென்றது. அப்போது அவருக்கு வயது 24 மட்டுமே.

லெனின் பிரசுரங்கள் மக்களிடம் வேலை செய்தது. அரசின் காவலர்கள் தொழிலாளர்கள் கைது செய்தனர்; துன்புறுத்தப் பட்டனர். ஆயினும் சளைக்கவில்லை. தொடர்ந்து எழுதினார். தலைமறைவான தொழிலாளர்கள் அவரது எழுத்துகளை மக்களிடம் கொண்டு சென்றனர்.

மேலும் போராட்டக்காரர்கள் மறைந்து வாழ தங்களுக்குள் புனைப் பெயர்களில் மக்களிடம் புழங்கினர். குறிப்பாக 'மினேகா' என்ற மீன் அழகிய கண்ணுக்கு கவர்ச்சியான தோற்றம் கொண்டது.

பின்னாளில் விளாதிமிர் இலியச் லெனினின் துணையான குருப்ஸ்காயா 'மீனி' என போராட்டக் களத்தில் குதித்தார். அதேபோல் கிளேப் என்று மாது 'வயலெலி' ஆனாள். விளாதிமிருக்கு 'கிழவனார்' என்று பெயர். அவரது நுண்ணறிவு, கல்வி இவற்றுக்கு பொருத்தமாய் இடப்பட்டது.

விளாதிமிர் இலியச் லெனின் பாபுஸ்கின் என்ற தோழரோடு இணைந்து, 'போராட்ட சங்கம்' நூற்றுக்கணக்கான பிரசுரங்களை வெளியிட்டு பீட்டர்ஸ்பர்க் நகர் முழுதும் விநியோகித்தனர். இரகசிய இடங்களில் தோழர்கள் சந்தித்து புரட்சிக்கான வெளியீடு களை எழுதி விநியோகித்தனர்.

ஜாரின் ஏவலாளிகள் இதனை அறிந்து அவர்களை சூழ முற்பட்டனர். விளாதிமிர் லெனின் 'நாம் பிரிவோம்' என்று சந்து பொந்துகளிடையே புகுந்து மறைந்தனர். லெனினோ அங்கொரு பணக்காரர் வீட்டு வாசலில் காவலாளி அமரும் சேரில் அமர்ந்து செய்தித்தாளை கொண்டு தன்னை மறைத்துக் கொண்டார். உளவாளி அருகே வந்து 'இங்கே யாரேனும் வந்தனரா?' என்று கேட்டு லெனினை காவலாளியாக பாவித்து வந்த வழியே திரும்பினான்.

லெனின் அவனது செயலைக் கண்டு சிரித்தாலும் அதனை அடக்கிக் கொண்டு காவலன் வருமுன் அவரது வீட்டுக்குச் சென்றார்.

1895ஆம் ஆண்டு டிசம்பர் மாதம் எட்டாம் தேதி தோழியர் க்ருப்ஸ்காயா வீட்டில் போராட்டத் தொழிலாளர் சங்கத்தின் கூடினர். மறைமுகமாக சட்ட விரோதமாக 'ரப்போச்சியா தேலோ' (தொழிலாளர் செயல்) என்ற செய்தித்தாளை வெளியிடத் தீர்மானம் இயற்றினர். இதில் தலையங்கம் எழுதினார். செய்தித்தாளை இரகசியமாய் அச்சடிப்பது என முடிவு செய்யப்பட்டது. பின்லாந்து வளைகுடாவில் அச்சகத்தில் அச்சிட முடிவு செய்தனர்.

செய்தித்தாளுக்கான கட்டுரைகள் இருபத்து மூன்று வயதான இளைய தோழர் அனத்தோலீயிடம் ஒப்படைக்கப்பட்டது. அவர் அதனை அச்சகத்தில் சேர்ப்பார். விரைவில் தொழிலாளர் கையில் செய்தித்தாள்.

இந்நேரத்தில் லெனினுக்கும், க்ருஸ்காயாவுக்கும் தோழமை பூத்தது. மனிதர்களை அவர்கள் நேசித்தனர். தொழிலாளர்கள் பற்றிய அவர்களின் வாழ்க்கையைப் பற்றி சோவியத்தில் புரட்சியின் வடிவமைப்பு பற்றி கதைத்து, கதைத்து தங்களை மக்களோடு இணைத்துக் கொண்டனர்.

குருப்ஸ்காயாவிடம் விடைபெற்று மறுநாள் சந்திப்பதாகக் கூறி தன் வீட்டை அடைந்தார். இந்த வீட்டில் சமீபத்தில்தான் குடிபுகுந்தனர். போலீஸ் உளவாளிகள் பிடியிலிருந்து தப்ப அடிக்கடி தன் இருப்பிடத்தை மாற்றிக் கொண்டேயிருந்தார்.

வீட்டுக்குச் சென்ற விளாதிமிர் வீட்டுச் சொந்தக்காரியை எழுப்ப வேண்டாம் என்று நினைத்து பாத ஒலி கேட்காமல் நடந்து சென்று அறையை அடைந்தார்.

தூக்கம் வரவில்லை. நாளை எழுத குறிப்புகள் தேடி நூல்களை நாடினார். புத்தகத்தில் ஆழ்ந்து போனார். படுக்க நினைத்தும் இரண்டும் மணி வரை படித்துக் கொண்டே இருந்தார்.

வாயில் மணி ஒலித்தது. ஒன்றும் புரியாமல் வியப்புடன் உற்றுக் கேட்டார்.

முதலில் உள்ளே வந்தவன் வீட்டின் காவலாளி. அதனைத் தொடர்ந்து இரண்டு சிவில் உடை அணிந்த இரண்டு உளவாளிகள்.

உடன் அரசின் போலீஸ் அதிகாரி, 'கைது வாரண்ட்'

உளவாளிகள் இருவரும் வீட்டை சோதனை இட்டனர். புத்தகங்களை சோதனை போட்டனர். வீட்டின் குளிர்காயும் கணப்பை எட்டிப் பார்த்தார்கள்.

விளாதிமிர் ஏதும் பேசாமல் ஒரு ஓரத்தில் நின்றார். சிந்தனை விரிந்தது. 'நம் தோழர்களுக்கு என்ன நேர்ந்தாலும் நம் செயலை சிதைக்க முடியாது. நம் தொழிலாளர் தோழர்கள் கிளர்ந்து எழுவார்கள்' என்ற எண்ணமிட்டவாறு நின்றிருந்தார்.

சிறிது நேரத்தில் விளாதிமிர் இலியச் லெனினை கைது செய்து காவலர்கள் அழைத்துச் சென்றனர்.

5

சைபீரிய சிறையில்

ஜார் சக்ரவர்த்தியின் பந்துவும் போலீஸ் இலாகாத் தலைவனும் ரஷ்ய ஜன சுதந்திரங்களை காலின் கீழ் வைத்து தேய்த்து விட வேண்டுமென்று கெட்ட எண்ணமுடைய மஹாபாதக உத்யோகஸ்தர்களிலே முதன்மைபட்டவனு மாகிய ஜெனரல் ட்ரேபாவ் இறந்து போய் விட்டதைப் பற்றி திங்கட்கிழமை பத்திரிகைகளிலே ஒரு தந்திக் குறிப்பு பிரசுரித்திருந்தோம்.

இவன் இறந்து போன சமாசாரம் ரஷ்ய ஜனங்களுக்கு எல்லாம் பெரு மகிழ்ச்சி அளித்திருக்கும் என்பதில் ஆட்சேபமில்லை. இவனை கொலை புரிந்திட வேண்டுமென்று எத்தனையோ முறை முயற்சிகள் செய்யப்பட்டுள்ளன. ஆனால் எவ்விதமான ஆபத்துக்கள் வரினும் இந்த கொடுங்கோன்மை அவதாரமாகிய அசுரன் சிறிதேனும் நடுங்காத நெஞ்சு கொண்டிருந்தமை ஆச்சரியமான விஷயம்.

மற்றவர்களின் உயிரையெல்லாம் சிறிதேனும் இரக்கமில்லாமல் நசுக்கி விட மனம் சோராதவனாகிய இப்பாவி தனது சொந்த உயிரையும் ஒரு திறணத் திற்குச் சமமாகவே பாவித்து வந்தான்.

ஒரு முறை இவனைக் கைத்துப்பாக்கியால் சுட்டுக் கொன்று விட வேண்டுமென்ற நிச்சயத்துடன் ஒரு வாலிபக் கன்னிகை இவனது ஆபீசுக்குச் சென்றாள். அவளது அன்பாயிருந்த சகோதரனுக்கோ அல்லது காதலனுக்கோ மரண தண்டனை விதித்ததின் பொருட்டு பழிவாங்க வேண்டுமென்று நிச்சயித்த அப்பெண் அங்கே போனாள்.

அவள் சிறிது தூரத்திலிருந்து ஆறு முறை சுட்டும் ஒவ்வொரு முறையும் குண்டு இவ்விளைஞன் மீது பாயத் தவறிவிட்டது.

அடுக்கடுக்காக ஆறு குண்டுகள் தன்னை நோக்கி வரும் போதெல்லாம் மனம் நடுங்காமலும், இடம் பெயராமலும் முகத்தைக்கூட சுளிக்காமல் இருந்த இவ்வசுரன் அவள் சுட்டு முடித்தவுடன் அவளைக் கைது செய்தான்.

பிறகு அவளை மிகக் கொடூரமாக வதை செய்து கொன்று விட்டான். இப்போது அவன் செத்ததுக்கூட ஏதோ வியாதியினால் என்று உத்தியோகஸ்தர்கள் அறிக்கை செய்திருப்பினும் யாருடைய பழிக்கேனும் இரையாகியிருப்பார் என்ற சந்தேகம் இருக்கிறது.

- மகாகவி பாரதி

(ருஷ்யாவில் அக்காலத்தில் ட்ரேபாவ் என்ற இறந்து போய் விட்டான் என்று செய்தி அறிந்து மக்கள் கொண்டாடினர். அப்போது ‘சுதேசமித்திரன்’ பத்திரிகையில் வந்த செய்தி மறுபிரசுரம் செய்தார் பாரதியார்.)

- செப்டம்பர் 22, 1906

ஒன்றை பெறுவதற்காக ஒன்றை இழக்கும் மனிதன் அதை தியாகம் என்று போற்றுவது வியப்புதான். தியாகம் என்பது எதையும் பெறுவதற்காக செய்வதல்ல. முடிவற்ற தர்மத்துக்காகவே தன்னையே அர்ப்பணிப்பது என்ற நிலையில் விளாதிமிர் தன் தேசத்துக்காக அர்ப்பணிப்புடன் சைபீரிய பாலைவனச் சிறையில் அடைக்கப்பட்டார்.

10 × 10க்கு சிறைக்கூடம். குறுகிய ஒரு ஜன்னல் சுவர், அருகே இருப்பினால் ஆனால் மடக்கு மேஜை இரும்பு நாற்காலி, மூலையில் புத்தகம் குவியலாய்க் கிடந்தது. சிறையில் விளாதிமிர்

படிக்க அனுமதித்திருந்தார்கள். தோழர்கள் அவர் வாசிக்க புத்தகங்கள் கொண்டு வந்து தந்தனர்.

விளாதிமிர் சிறை புகுந்ததும் அவரது தாயார், சகோதரிகள் மாஸ்கோவிலிருந்து வந்து விட்டார்கள். அன்று சிறையில் அவரைச் சந்திக்கும் நாள். புத்தகங்களை ஒரு மூலையில் வைத்து விட்டு அவர்களுக்காக காத்திருந்தார். காவலாளி அவரை நிமிடத்திற்கு ஒரு நிமிடம் நோட்டமிட்டுக் கொண்டிருந்தான்.

விளாதிமிர் கதவின் முன்னால் முதுகை காட்டியபடி ரொட்டியின் மெதுவான பகுதியைப் பிய்த்து உருண்டையாக்கி விரலால் குழி செய்து ரொட்டியால் மைக்கூடு தயாரித்துக் கொண்டிருந்தார். அதுதான் மைக்கூடு. மைக்குப் பதில் பால்.

ஒரு புத்தகத்தை எடுத்து புத்தகத்தின் வரிகளுக்கு இடையில் உள்ள இடைவெளியில் பாலினால் எழுதினார். ஒரு சொல் எழுதியவுடன் பால் உலர்ந்து விடும். அச்சொல்லும் மறைந்து விடும். இப்படி ஒவ்வொரு சொல்லினை எழுதி, தன்னை காண வருபவரிடம் கொடுத்து அனுப்புவார்.

அவர்கள் அதனை விளக்கு ஒளியில் காட்டி அவர் எழுதியதை படித்து விடுவர். இப்படி தோழர்களுக்கு புரட்சிக்கான செயலியை எழுதி அனுப்பி விடுவார். இது புகைப்பட ஃபிலிமின் நெகட்டிவ் போல. அப்போது எழுதியதை படித்து விடலாம். அது தோழர் களுக்கு எழுதும் துண்டு பிரசுரம்.

விளாதிமிருடன் அப்போது 160 பேர் கைது செய்யப்பட்டனர். ஆயினும் சங்கம் செயல்பாட்டில் தொய்வுறாமல் தொடர்ந்து நடைபெற்றுக் கொண்டிருந்தது. சிறையில் இருந்தபடி வேலை நிறுத்தம், போராட்டத் தோழர்களுக்கு துண்டுப் பிரசுரங்கள் சென்றடைந்தன.

ஒருமுறை சிறைக்கதவை திறக்கும் சத்தம். விளாதிமிர் சட்டென்று ரொட்டி மைக்கூட்டை பாலுடன் விழுங்கினார். காவலன் சுற்றும் முற்றும் பார்த்துவிட்டு நடையைக் கட்டினான். தொடர்ந்து எழுத்து வேலை.

குருப்ஸ்காயா அவரை சந்திக்க வந்திருந்தாள். சிறைக் கம்பி களின் ஊடே அவரைக் கண்டு வேதனை அடைந்தாலும் புன்னகை யுடன் அவரைக் கவனித்தாள். அவருக்கு தாயின், சகோதரியின் அன்பினை தெரிவித்தார். அவளிடம் விளாதிமிர், 'படித்த புத்தகங் களை சகோதரிகளுக்கு அனுப்பி வைத்தேனே. படித்தார்களா?' என்று அழுத்தத்துடன் சொன்னார்.

அவரின் குறியீட்டை உணர்ந்த குருப்ஸ்காயா உணர்ந்து சிரித்தபடி தலையசைத்தார். காவலாளியின் கவனத்தை திருப்ப "என் வார்டு நம்பர் தெரியுமா?" என்றார்.

"தெரியாமல் என்ன? 193 தானே" என்றார்.

இதன் பொருள் பக்க எண் 193 என்பது. இதில் விளாதிமிரின் எழுத்து இருக்கும் என்பது.

இந்த சங்கேத மொழியினை புரிந்து கொண்டார் குருப்ஸ்காயா. சிறைக் காவலாளியை சாதுர்யமாய் ஏமாற்றினார்கள்.

காவலாளி சுவர் கடிகாரத்தைப் பார்த்தபடி 'நேரம் கடந்துவிட்டது' என்றான்.

ஒரு மணி நேரம் கடந்தது தெரியாமல் இருவரும் பிரியாவிடைப் பெற்றனர்.

விளாதிமிர் மீண்டும் சிறைக்கூடத்துக்கு அழைத்துச் செல்லப் பட்டார். அவர் மறையும் வரை அவரையே பார்த்தபடி குருப்ஸ்காயா நின்றிருந்தார்.

சிறைக் கதவு திறக்கப்பட்டது. விளாதிமிர் உள்ளே நுழைந்தார். அரை இருட்டில் நெடுநேரம் குறுக்கு நெடுக்கமாக சிந்தனையோடு நடைபயின்றார்.

ஓர் ஆண்டு கழிந்தது

விளாதிமிரின் சிறை சைபீரிய ஷுஷென்ஸ் கொயே எனும் கிராமத்தில் ஓர் ஆண்டு கழிந்தது. இன்னும் இரண்டு ஆண்டுகள் கழிக்க வேண்டும்; ஆண்டுகளும் கழிந்தன. சிறை வாழ்க்கையில் மீண்டு வீடு திரும்பினார்.

சிறைக் காலத்தில் 'ரஷ்யாவின் முதலாளித்துவத்தின் வளர்ச்சி' எனும் நூலினை எழுதினார். அந்நூல் ரஷ்ய கிராமங்களிலும், நகரங்களிலும், தொழிலாளிகள் குலாக்குகள் எனப்படும் நிலச்சுவான்தாரர்களின் ஆதிக்க சக்திகள், மக்கள் படும் துயரத்தை, வறுமையை அடையாளம் காட்டியது.

1898 ஆம் ஆண்டு மே மாதம் 7ம் தேதி மதிய உணவுக்குப் பின் ஜன்னல் கதவை தட்டும் ஓசை கேட்டது. யார்? என எட்டிப் பார்த்தார்.

ஒடிசலான மேனியும், துடிப்பான பார்வையும் கொண்ட விவசாயி மென்மயிர்த்தோல் தொப்பியும் வீட்டில் தைத்த மெல்லியக் கோட்டுடன் கையில் வேட்டைத் துப்பாக்கியை ஏந்தியபடி நின்றிருந்தான்.

"வாத்து சுடப் போகிறோம். வாரீங்களா?" என்றான்.

நிம்மதியை குலைக்கும் எண்ணங்களில் இருந்து விடுபட வேட்டை துப்பாக்கியை எடுத்துக் கொண்டு அவனுடன் புறப்பட்டார்.

விளாதிமிரின் நீள் ஜோடுகள் அந்த சதுப்பு நிலக்காட்டில் நடக்க ஏதுவாய் இருந்தது. இருவரும் பத்து கிலோமீட்டர் தொலைவில் உள்ள ஏரியை நோக்கி நடந்தனர்.

அந்த ஏரியின் கரையோரத்தில் இறகுகள் சிதறிக் கிடக்கும். அதனால் அதற்கு 'இறகு ஏரி' என்ற பொருள் கொண்ட 'பெரோவா ஏரி' என்ற பெயர் வந்தது.

அன்று பகல் வேலையாயினும் மிதமான வெயில் மனதுக்கு குளிர்ச்சியைத் தந்தது. ஏரியை அடுத்த மலைத்தொடர் ரம்மியமாய் காட்சித் தந்தது. அந்த சிகரத்தின் மேல் வென்பணி மூடி மகுடம் போல் காட்சி தந்தது.

ஏரியை நெருங்க உடன் வந்தவர், 'முதல் குறி தப்பக் கூடாது. அது அபச குணம். எனவே குறி பார்த்து சுடுங்கள்' என்றான்.

ஏரியின் படர்ந்திருந்த நாணல் புதர்களிலிருந்து ஒரு வாத்து மேலே சிறகடித்து பறந்தது. விளாதிமிர் சுட அது தப்பிப் பறந்தது. உடன் வந்த

ஸஸிப்பாத்தி சொன்னது போல் அபச குணம். ஆனாலும் அடுத்த வேட்டையில் வாத்துகளை சுட்டு வீழ்த்தினார்.

இரவுப் பொழுதை ஏரியில் கழிக்கலாம் என்று ஸஸிப்பாத்தி சொன்னாலும் வீட்டுக்கு செல்லவே விளாதிமிர் விரும்பினார்.

தூரத்தில் இருந்து பார்க்க வீட்டில் விளக்கு எரிந்து கொண்டிருந்தது. விளாதிமிர் உள்ளத்தில் மகிழ்ச்சியின் புன்னகை தெரிந்தது.

வாசலில் நதேஷ்தா கன்ஸ்தன் தீனாவ்னா நின்றிருந்தாள்.

'வணக்கம் நதேஷ்தா!'

'விளாதிமிர்' என்று மகிழ்ச்சி பொங்க வரவேற்றார்.

"வாருங்கள் உள்ளே எப்படி இருக்கிறீர்கள்? மணப்பெண் வந்திருக் கிறார், நீங்களே ஊர் சுற்றி வருகிறீர்கள், வேட்டை பலமோ?" என நதேழ்தாவின் தாய் உற்சாகப் பொங்க குரல் கொடுத்தாள்.

நாதேழ்தா - விளாதிமிர் இணை குடும்பமாக ஒன்றாகவே வாழ்ந் தார்கள். ஷுமஷா ஆற்றின் கரையோரம் ஒரு புது வீட்டில் குடிய மர்ந்தார்கள்.

அந்தப் புது வீட்டில் அவர் எழுதுவதற்கு ஒரு மூலையில் மேஜை வசதி செய்யப்பட்டிருந்தது. மேஜையின் மேல் பச்சை மூடி விளக்கு எரிந்து கொண்டிருந்தது. பனிக்கால இரவுகளில் அனைவரும் உறங்கி விடுவார்கள். விளாதிமிர் மட்டும் அந்தப் பச்சை வண்ண விளக்கொளியில் எழுதிக் கொண்டிருப்பார்.

'ரஷ்யாவில் முதலாளித்துவத்தின் வளர்ச்சி' என்ற நூலினை மேஜை பெட்டி அருகே நின்று கொண்டே எழுதினார். இது அவரது வழக்கம். நிறையவே கட்டுரைகளும் மொழிபெயர்ப்புகளும் படைத்தார். அவருக்கு எழுத துணையாக நாதேழ்தா உடன் இருந்தார்.

நாதேழ்தாவுக்கு சொந்த வேலைகள் இருந்தன. பெண் தொழிலாளி களின் துயரை, வறுமையைக் குறித்து அவரும் எழுதினார். இருவரும் சேர்ந்து வேலை செய்வது அவர்களுக்கு பிடித்திருந்தது. இருவரும் சேர்ந்தே ஓய்வு எடுப்பார்கள். காட்டுக்கோ,

ஆற்றங்கரைக்கோ உலாவச் செல்வதுண்டு. கவர்ந்த இணைக் காதலர்களாக அவர்கள் வாழ்க்கை கழிந்தது.

ஒரு நடுப்பகல். ஏழை குடியானவன் அவரது வாசல் கதவைத் தட்ட அறைக்குள் அழைத்தார். அவன் முகம் வெளிறி, முகமெல்லாம் சுருக்கம் ஏறி சோகத்துடன் காணப்பட்டான். வந்தவன் அவரை நோக்கியவாறு வணக்கம் என்பதற்கு பதில் சிலுவை குறி இட்டுக் கொண்டான்.

விளாதிமிர் உட்காரச் செய்தார்.

குடியானவர் உட்கார்ந்து, 'நான் சங்கடத்தில் மாட்டிக் கொண்டேன்' என் குறையை தீர்க்க வேண்டுமென்று கேட்டுக் கொண்டான்.

அவன் தனது பேர், ஊர் விவரம் குறித்து சொன்னதுடன் தனது சங்கடத்தை விவரித்தான்.

"வறுமை காரணமாக மூத்த மகளைப் பணக்கார குலாக் ஒருவன் வீட்டில் ஆண்டுக்கு இருபது ரூபின் சம்பளத்துக்கு வேலை செய்ய அனுப்பி இருந்தான். பெண் பதினோரு மாதங்கள் வேலை செய்தாள். அதற்குள் அவளது தாய் நோய்வாய்ப்பட்டாள். கடுமை யாக பாதிக்கப்பட்டு படுத்த படுக்கை ஆகி விட்டாள். வீட்டில் அவளைத் தர இன்னும் குழந்தைக் குட்டிகள். குலாக்குக்கு வேலை செய்ய அனுப்பிய பெண் திரும்ப வர வேண்டிய நிர்ப்பந்தம். எஜமானன் அவள் செய்த வேலைக்கு சம்பளம் தர மாட்டேன்" என்கிறான்.

'வருஷம் முடியவில்லை, இன்னும் ஒரு மாதம் இருக்கிறது' என்று சாக்கு சொன்னான்.

'என் பெண் ஓர் ஆண்டு வேலை செய்தாளே, அது இலவசமாகவா?' என்று ஆத்திரப்பட்டான்.

'இதனை இப்படியே விடக்கூடாது' என்று விளாதிமிர் பதில் கூறியதோடு, 'இதற்கு முற்றுப்புள்ளி வைக்க வட்டார அதிகாரிக்கு கடிதம் எழுதுவதோடு வழக்கும் போடுவோம்' என்றார்.

அதன்படியே மனு எழுதி வந்தவனிடம் அதை எங்கே கொடுக்க வேண்டும்? என்ன சொல்ல வேண்டும்? யாரிடம் சொல்ல வேண்டும்? என்று விவரமாகச் சொல்லி, 'நியாயம் உங்கள் பக்கம் இருக்கிறது. இந்த விண்ணப்பம் ஏற்கப்படவில்லை ஆயின், வாருங்கள் மீண்டும் விண்ணப்பிப்போம். சட்டத்தின் மூலம் எதிர்கொள் வோம்' என்று அவனுக்கு ஆறுதல் மொழி கூறி அனுப்பி வைத்தார்.

குடியானவன் நன்றியோடு அவருக்கு தான் கொண்டு வந்த கலயத்திலிருந்த வெண்ணெய்யை நீட்டினார்.

இருவரும் அதனை மறுத்து அவனை அனுப்பி வைத்தார்கள். இப்படி ஒரு விசித்திர பிறவிகளை கண்டு வியந்தான் குடியானவன்.

இதுபோல் விளாதிமிரும், நாதேழ்தாவும் அவர்களை நாடி வரும் மக்களுக்கான உதவியைத் தீர்த்து வைத்தனர்.

மே தினக் கொண்டாட்டம்

சென்ற ஆண்டு மே தினத்தை சைபிரியாவில் கழித்த விளாதிமிர் இலியச் லெனின் இந்த ஆண்டு நாதேழ்தாவுடனும், சிறை குடியிருப்பில் வசித்த போலந்து நாட்டைச் சேர்ந்த புரோமீன்ஸ்கி சேர்ந்து கொண்டாடினார்கள். பின்னர் பின்லாந்த் காரர் அஸ்கார் எஸ்க்பெர்கின் வீட்டுக்குச் சென்றனர்.

எஸ்க்பெர்கின் வீட்டின் பெஞ்சில் அமர்ந்து மே தினத்தை பாடிக் களித்தனர்.

'வந்தது களி மிகுந்த மேதினம்
அந்தப்புறம் போ சிந்தை நிழலே!
சிந்து முழங்கட்டும் துணிவு பொங்க!
இந்த நாள் வேலை நிறுத்தம் செய்வோமே'

தொடர்ந்து இன்னுமொரு பாட்டு,

'கடும் புகை புயல்கள் அடித்திடும் நம்மேல்
காரிருள் சக்திகள் கொடுமையால் நசுக்கும்
முடிவு செய்போர் பகைவருடன் புரிவோம்
முன்னே வரும் விதி என்னவோ அறியோம்!'

எனப் பாடி உல்லாசமாய் பேசிக் கொண்டே கனவுகள் கண்டு எல்லா மக்களும் சுதந்திர ரஷ்யாவில் மே தினத்தில் செங்கொடியுடன் விருப்பமுடன் கொண்டாடும் காலம் வருமா? என்ற ஏக்கத்துடன் இரவைக் கழித்தனர்.

மறுநாள் குதிரையில் அரசின் காவலாளிகள் விளாதிமிர் வீட்டைச் சூழ்ந்தனர். 'சோதனை' என சொன்னான் அதிகாரி. அறைக்குள் புகுந்தான்.

'தாராளமாக சோதனை இடலாம்' என்றார் விளாதிமிர்.

வீட்டில் புத்தகங்களே நிரம்பி இருந்தன. ஒவ்வொன்றாகப் புரட்டிப் பார்த்தான். ஒன்றும் அவனுக்கு அகப்படவில்லை. சோதனையைத் தொடர உடன் வந்த காவலாளிக்கு கட்டளை இட்டு அமர்ந்து கொண்டான்.

புத்தகங்களைப் புரட்டிப் பார்த்து சலிப்பாகி விட்டார்கள். நதேழ்தா அலமாரியை சோதனையிட்டனர். அவர் 'என்னுடைய பள்ளிப் புத்தகங்கள்' என்று சொல்ல, 'அவற்றை விடுங்கள்' என்றான் அதிகாரி.

சோதனையில் தோல்வி கண்டு துவண்டு போய் விட்டார்கள்.

உடன் இருந்த தோழர் வஸீலியென்னா பக்கத்துக்கு அறையிலிருந்து வந்து 'புயல் ஓய்ந்ததா?' என்றார்.

விளாதிமிர் 'ஓய்ந்து விட்டது' என்று சிரித்தார்.

●

ஒருமுறை விளாதிமிருக்கு ஒரு பார்சல் வந்தது. அது அவரது சகோதரி ஆன்னா இல்யீனிச்சனாவிடமிருந்து அதன் மேல் சங்கேத குறி, இரகசியங்கள் அடங்கியது என்பது தெரிந்தது. அது ஒரு கட்டுரை நறுக்கு.

விளாதிமிர் படிக்கத் தொடங்கினார். புருவங்கள் உயர்ந்தன. முகம் சுளிக்க வைத்தது. அந்த கட்டுரை அவருக்கு பிடிக்கவில்லை. 'கிரேடோ' என்ற அதன் தலைப்பில் சொல்லின் பொருள் சுட்டிக் காட்டியது.

அக்கடிதத்தில் சகோதரி சிலர் ஒரு குழுவாக இணைந்து மார்க்சீய சிந்தனையை எதிர்க்கத் தொடங்கியிருக்கிறார்கள். அதில், "தொழிலாளர்களுக்கு அரசியலில் ஈடுபாடு இல்லை. புரட்சி அவசியமற்றது. தொழிலாளர்கள் விரும்புவது சம்பள உயர்வு மட்டுமே. இதற்கு முதலாளிகளிடம் சமரசம் செய்து கொள்ள வேண்டும்" என்பதே.

இதுபோன்ற கருத்துகள் 'பொருளாதார வாதம்' என்பதே. இது குறித்து என்ன செய்வது என்று யோசிக்கத் தொடங்கினார். அறையின் குறுக்கும் நெடுக்குமாக உலாவினார்; சிந்தித்தார். வழிதனை கண்டுபிடித்தார்.

'தோழர்களை ஒன்றிணைப்போம், விவாதிப்போம், இதற்கு மறுப்பு எழுதி தொழிற்சாலைகளுக்கு இரகசியமாய் எழுதி அனுப்புவோம்.'

விளாதிமிர், நதேழ்தா, சைபீரிய சிறைவாசிகள், நண்பர்கள் எல்லோரும் கடிதம் எழுதினார்கள். ஏதேனும் காரணம் சொல்லி அதிகாரிகளின் அனுமதியோடு கூட்டத்துக்கு அழைத்தனர். எங்கே கூட்டம் நடத்துவது? பொருத்தமான இடம் ஷுஷென்ஸ் கொயே.

அது இங்கிருந்து அறுபது கிலோ மீட்டர் தொலைவில் உள்ள யெர் மக்கோவ்ஸ்கயே என்ற கிராமத்தைத் தேர்ந்தெடுத்தனர்.

'கிரோடா' மீது விவாதம் நடந்து, இதற்கான 'மறுப்பு' எழுதி அனைவராலும் கையெழுத்திடப்பட்டது. தொலைதூர சைபீரியாவி லிருந்து எல்லா நகரங்களுக்கும் அங்கு வாழும் தொழிலாளர் களுக்கும் புரட்சிக்கான அறைகூவல் விட்டனர்.

'தோழர்களே பொருளாதார வாதிகளின் பேச்சைக் கேட்காதீர்கள். நமக்கான வழி புரட்சியே!' என சக தோழர்களிடத்தில் திட்டங் களை வகுத்தார்.

சைபீரியா வாசம் முடிய இன்னும் சில நாட்களே இருந்தன. இங்கிருந்து வெளியேறியதும் என்ன செய்யப் போகிறோம் எனப் பேசி தொழிலாளர்களின் மார்க்சீய வாதியின் கட்சியை அமைப் போம். செய்தித்தாளை வெளியிடுவோம் ஜாராட்சிக்கு எதிராகப் போராடுவோம் என விளாதிமிர் தோழர்களிடையே பேசினார்.

உடனிருந்த வனேயெவ், 'நன்றி விளாதிமிர். நீ எனக்கு புத்துயிர் அளித்தாய்' என்ற சொன்ன பின் தன் மூச்சை நிறுத்திக் கொண்டார்.

'விடைகொடு, புரட்சிச் செயலுக்கு நாங்கள் நன்றிக்குரியவர்கள் ஆவோம்' என்று வனெயெயின் பூத உடலுக்கு அஞ்சலி செய்து வழி அனுப்பி வைத்தனர்.

அவரது கல்லறையில், "அனத்தோலீ அலெக்ஸாந்திரவிச் வனேயெவ் அரசியல் காரணங்களுக்காக சைபீரியாவில் சிறை இருந்தவர். 1899ஆம் ஆண்டு செப்டம்பர் மாதம் 8ஆம் நாள் தமது 27 வயதில் காலமானார். உன் அஸ்தி சாந்தி பெறுக தோழனே!" எனப் பொறிக்கப்பட்டது.

❖

6. தண்டனைக் காலம்

விளாதிமிர் - நாதெழ்தா தம்பதியின் சைபீரிய தீவிலிருந்து விடுதலை பெற்றனர். அந்த வீட்டின் வாயிலுக்கு முன் இரண்டு ஸ்லெட்ஜ் வண்டிகள் நின்றன. விளாதிமிர் புத்தகங்களையும் இதர சாமான்களையும் வண்டியில் ஏற்றினார். எல்லோரும் அவருக்கு உதவி புரிந்தனர். அனைவரும் உட்காரும்படி சொன்னார் யெலிஸ்வேத்தா வஸீலியெவ்னா. எல்லாரும் மௌனமாக அமர்ந்தனர்.

'புறப்படுவோம் வாருங்கள்' என விளாதிமிர் எழுந்தார்.

கடும் பனிக்காற்று வீசியது. பெண்கள் கனத்த மென்மயிர்த்தோல் போட்டுக் கொள்ள உதவினார் விளாதிமிர். வண்டியின் இரு பக்கங்களிலும் உலர் புல்லைத் திணித்து காற்று வீசாதபடி செய்தார்.

'விளாதிமிர் நீங்கள் கோட்டு போட்டுக் கொள்ளவில்லையே, குளிரில் விரைத்துப் போவீர்கள்' என்று கவலையுடன் கேட்டார் யெலிஸ்வேத்தா.

'விடுதலை ஆகிவிட்ட மகிழ்ச்சியே எனக்கு கதகதப்பு ஊட்டுகிறது' என்றார் விளாதிமிர்.

'என் குழல் கையுறையையாவது எடுத்துக் கொள்ளுங்கள். கைகளுக்கு பாதுகாப்பாய் இருக்கும்' என்றார்.

விளாதிமிர் சற்றே புன்னகைத்தவாறு குழல் கையுறையை வாங்கிக் கொண்டு வண்டியில் ஏறினார்.

ஷுஷென்ஸ் கொயே கிராமம் மறைந்தது. கிழக்கே தரை எல்லையின் அப்பாலிலிருந்து வெற்றிப் பெருமிதத்துடன் எழுந்தான் பகலவன்.

விளாதிமிர் இலியச்சின் உள்ளத்திலும் வெற்றிப் பெருமிதம் நிறைந்திருந்தது. விடுதலையின் முதல் காலைப்பொழுது. சிறை குடியிருப்பின் கடைசி சில மாதங்களில் சற்றே இளைத்துப் போயிருந்தார். இடையறாது சிந்தித்துக் கொண்டே இருந்தார்.

கட்சியை அதனை புதுப்பிப்பதைப் பற்றியே சிந்தனை ஓடிக் கொண்டிருந்தது. கட்சியை மீண்டும் துவங்க வேண்டும். இதற்கு முதலாவதாக தேவை செய்தித்தாள். சட்ட விரோதமான மார்க்சீய செய்தித்தாள். ரஷ்யாவின் எல்லா முன்னணிச் சக்திகளையும் ஒன்று திரட்டி இணைக்கும் இந்தச் செய்தித்தாள். இது பற்றியே சிந்தனை ஓடிக் கொண்டிருந்தது.

அவர்கள் இருப்பிடமான மினுஸீன்ஸ்க் நகரம் செல்வதற்கு நீண்ட பயணம் மேற்கொள்ள வேண்டும். இரவும் பகலும் தொடர்ந்து பயணம் செய்தார்கள்.

ஐந்தாம் நாள் அதிகாலையில் ஆச்சின்ஸ்கி ரயில் நிலையம் போய்ச் சேர்ந்தார்கள்.

புகையும், கரியும் எண்ணெய்யும் படிந்த நீராவி எஞ்சின் புறப்பட தயாராய் இருந்தது. புறப்படும் மணி அடித்தது. நீண்ட கால எதிர்பார்ப்பு நிறைவேறியது. புதுவாழ்வு அவர்கள் முன் காட்சி அளித்தது.

வெந்து தணிந்தது காடு

1825 டிசம்பர் மாதம் ரஷ்யாவில் ஜார் மன்னருக்கு எதிராக நேர்ச்சின்ஸ்க் கனிமச் சுரங்கங்களுக்கு அனுப்பப்பட்ட டிசம்பர்

கிளர்ச்சி வீரர்களுக்கு ஊக்கமளிக்க ரஷ்ய மகாகவி புஷ்கின் எழுதிய கவிதை :

'மாண்புசேர் பொறுமை கடைப்பிடிப்பீர் தொலை
வைகும் சைபீரியக் கனிய மண்ணில்
வீண்போகா உங்கள் துயர் நிறை உழைப்பும்
விண்முட்டும் உயர் பெரும் எண்ணமுமே'

எங்கள் துயர் நிறை உழைப்பு வீண் போகாது
எழும் சிறு பொறி மிகப் பெருந்தீயாய்

சைபீரியாவிலிருந்து திரும்பிய விளாதிமிர் பாஸ்கோவ் எனும் நகரில் குடியமர்ந்தார். முதல் வேலையாக 'இஸ்கரா' - 'தீப்பொறி' என்ற பெயருடன் செய்தித்தாளைத் தொடங்கினார். இஸ்கராவில் வேலை செய்ய முழு வீச்சில் ஈடுபட்டார். வேலை செய்வதற்கு தோழர்களை எங்கும் தேடினார். செய்தித்தாளுக்கு கட்டுரைகள் எழுத ஆசிரியர்கள் தேவைப்பட்டனர். செய்தித்தாளை விநியோகம் செய்ய ஏஜெண்டுகளை தேடிப் பிடிக்க வேண்டியதாய் இருந்தது.

இஸ்கரா செய்தித்தாளை சாதாரண கடைகளில் விற்பனைக்கு வைக்க முடியாது. அதனை ரகசியமாய் பரப்ப வேண்டியிருந்தது. மேலும் பணம் திரட்டுவது அவசியமாய் இருந்தது. அதற்கான பணமும் திரட்டி விட்டார்.

எல்லா ஏற்பாடுகளும் கைவசம் ஆயின. நான்கு மாதங்களில் அனைத்து வேலைகளும் முடிந்தன.

சரி, 'இஸ்கரா'வை எங்கிருந்து வெளியிடுவது? அந்த மாதிரிச் செய்தித்தாளை ரஷ்யாவில் அச்சிட முடியுமா? அதுவும் ஜாருக்கு எதிராக? நிலப்பிரபுகளுக்கும் தொழிலதிபர்களுக்கும் எதிராக? காவல் துறை அதிகாரிகளுக்கு எதிராக? முடியவே முடியாது. அப்படி எங்கிருந்து வெளியிடுவது மண்டையை உடைத்துக் கொள்ள வேண்டியிருந்தது.

தோழர்களுடன் ஆலோசித்தார். எல்லாக் கோணங்களிலிருந்து ஆய்ந்து ரஷ்யாவுக்கு வெளியே அச்சிடுவது என முடிவு செய்தார்கள். அங்கேயும் இரகசியமாகவே வெளியிட வேண்டியிருந்தது.

முடிவு செய்தாகி விட்டது. விளாதிமிருக்கு உடல் நலிவு சான்றிதழ் பெற்று அயல்நாடு பயணம் மேற்கொள்ள ஏற்பாடு செய்யப்பட்டது. மருத்துவச் சான்றிதழ் பெற்று ரஷ்யாவிலிருந்து வெளியேறினார்.

நாதேழ்தா சைபீரியா வாசத்திலிருந்து இன்னும் ஒன்பது மாதங்கள் இருந்தன. விளாதிமிர் அவரிடம் சென்று விடைபெற்று வந்தார். ரயில் ரஷ்யாவுக்கு வெளியே தொலைதூர நாடான ஜெர்மனுக்கு இட்டுச் சென்றது.

'இஸ்கரா' முதல் இதழ்

ஜெர்மனியின் லைப்ஸிக் நகரில் ஹெர்மன் ரௌ எனும் முப்பது வயதொத்த இளைஞர் வசித்து வந்தார். இவர் ஒரு அச்சகமும் நடத்தி வந்தார். சமூக ஜனநாயகவாதியும் கூட. அவருக்கு ரஷ்யாவிலிருந்து ஒரு மார்க்ஸிட்வாதி வந்திருப்பதாக தகவல் தெரிவிக்கப்படுகிறது. இஸ்கரா இதழினை அச்சிட வந்திருப்பதாகவும் தகவல் மேலும் அவருக்குச் சொல்லப்பட்டது. அவர் 'ரஷ்ய தோழர்களுக்கு உதவ வேண்டும்' என அங்குள்ள சமூக ஜனநாயகவாதிகளிடம் கூறினார்.

விளாதிமிர் இலியச் ஜெர்மனியில் லைப்ஸிக் நகரில் ஒரு அறையை வாடகைக்கு எடுத்தார். வழக்கம்போல் விடியற்காலையிலேயே எழுந்து விடுவார். அறையின் குளிர் அடுப்பில் தன்னுடலை சூடு படுத்திக் கொள்வார். ஸ்பிரிட் அடுப்பில் தேநீர் காய்ச்சி குடித்து விட்டு வழக்கம்போல் நடைபயணம் மேற்கொள்வார்.

ஹெர்மன் ரௌ அச்சகத்துக்கு வந்தபின் மீண்டும் பொடி நடையாய் அச்சகத்துக்கு செல்வார். நகரில் வெண்பணி விலகி வயல்வெளி களை ரசித்தபடி பயணம் தொடரும். அந்த அச்சகத்தில் ஒரு பெரிய அறையில் அச்சு மிஷின், கம்போசிங் அறை, பைண்டிங் செக்ஷன் என அமைந்திருந்தது. வேலையாட்கள் இதன் ஊடேோடி வேலை செய்தனர்.

ஹெர்மன் ரௌ ஜெர்மன் மொழியில் 'இன்று ஒரு நல்ல நாள்' என வரவேற்றார்.

விளாதிமிரும் 'ஆம்' என்று தலையசைத்தார்.

அச்சுக் கோப்பவர் அந்த கனமான பாரத்தை மெஷினில் ஏற்றி பொருத்தினர். ரௌ இயந்திரத்தின் கைப்பிடியை விலக்கி சிலிண்டர்

மிஷினை இயக்கினார். இயந்திரம் இரைச்சல் ஒலித்தது. செய்தித்தாள் பக்கம் உருண்டோடி பேப்பரில் ஈரம் கலந்த மையுடன் இஸ்கரா வின் முதல் பிரதி பின்னால் விழுந்தது.

விளாதிமிர் ஆர்வமுடன் தவம் கிடந்து பெற்ற பிள்ளையை தாய் பெற்று அரவணைப்பதுபோல் அதன் வாசனையை நுகர்ந்தவாறு நிமிர்ந்தார்.

"நமக்கே உரிய தொழிலாளர்களுடைய புரட்சி செய்தித்தாள் நம் கைவசம். இஸ்கராவே நீ பறந்து எல்லா மக்களிடம் கொண்டு செல். தாய் நாட்டு சிந்தனைகளையும் உணர்வுகளையும் தட்டி எழுப்பு. புரட்சிக்கு அறை கூவி அழை!" என்ற இஸ்கராவின் தலைப்புச் செய்தியை உரக்க வாசித்தார்.

தலைப்புச் செய்தியின் மேலே கொட்டை எழுத்தில் :

பாரதியின் வாக்குபோல், "அக்கின் குஞ்சொன்று கண்டேன். அந்த காடிடை பொந்திடை வைத்தேன், வெந்து தணிந்தது காடு. அதில் குஞ்சொன்று மூப்பென்று ஒன்று உண்டோ" என '**எழும் சிறுபொறி மிகப்பெருந்தீயாய்!**'

❖

ИСКРА

№ 1 | № 1

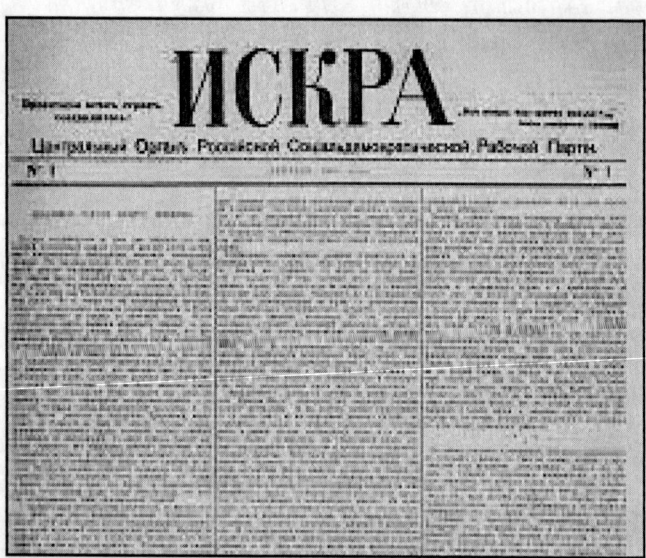

1

'லெனின்' பிறந்த கதை

ஒரு பெட்டியில் 'இஸ்கரா' இதழ்கள் அடைக்கலமாயின. கடல் வழியே புயல் வெள்ளச் சூழல் கடந்து ரயிலில் பயணித்து இரகசிய மாய் ரஷ்ய எல்லைகளை கடந்து பெலஓஸ்திரா ஸ்டேசனை வந்தடைந்தது.

ஸ்டேஷனில் சுங்கச் சோதனை நடப்பது வழக்கம். சுங்க அதிகாரி யின் பார்வை அந்த மரப்பெட்டியில் ஊன்றி விழுந்தது. பெட்டியை திறக்கச் சொன்னான். அதில் இரண்டு சட்டைகள், ஒரு கம்பள விரிப்பு, மிட்டாய் டப்பா. அதிகாரி பெட்டியின் ஓரங்களை தட்டிப் பார்த்தான். சந்தேகத்துக்குரிய பொருள் ஏதும் இல்லை என்று அறிந்து பெட்டியை எடுக்க வந்தவனிடம், எடுத்துச் செல்ல உத்தரவிட்டான்.

பெட்டியில் முகவரியுடன் 'பல் மருத்துவர்' என்று குறிக்கப் பட்டிருந்தது. பீட்டர்ஸ்பர்க்கிலிருந்த அந்த வீட்டின் 2வது மாடிக்கு பெட்டி எடுத்துச் செல்லப்பட்டது.

அந்த அறையில் ஒரு பெண்ணும் ஓரிருவர் உடனிருந்தனர். அவர்கள் ஆவலாய் பெட்டியை பெற்று அவனை அனுப்பி வைத்தார்கள்.

அவன் சென்றதும் பரபரப்பாய் பெட்டியை திறந்து மேலே இருந்த கம்பளி விரிப்பையும், மற்ற சில்லறை சாமான்களையும் எடுத்து விலக்கி, திணித்து வைக்கப்பட்டிருந்த செய்தித்தாளை எடுத்தனர் இஸ்கரா.

ஜெர்மனியிலிருந்து கேனிஸ்பர்க், ஸ்டாக்ஹோம், ஹெஸ்லாப் ஃபோர்ஸ் வழியே பீட்டர்ஸ்பர்க்கை கடல், நிலம் கடந்து வந்திருக்கிறது.

இதழ்களை பிறிதொரு இடத்தில் வைத்து ஓரிதழை பிரித்தாள் அவள்.

“ஜாராட்சிக்கு எதிராகப் போராடுங்கள், முதலாளிக்கு எதிராகப் போராடுங்கள்!” என்று முழக்கமிட்டது இஸ்கரா!

இந்த இஸ்கராவால் தூண்டிவிடப்பட்ட குரல் தொழிலாளர் மத்தியில் பேரியக்கமாய் மூண்டெழுந்தது.

இந்தப் பேரியக்கத்தின் இயக்குநராக, செயலராக, தலைவராக, தலைமை ஆசிரியராக விளங்கினார் விளாதிமிர் இல்யீச்.

‘இஸ்கரா’ எனும் தீப்பொறி ரஷ்ய தொழிலாளர், விவசாயிகள், மாணவர்கள் மத்தியில் தீச்சுவாலையாய் கனன்று எரிந்தது. ரஷ்யாவின் தொழிற்சாலைகளிலும், ஆலைகளிடமிருந்து கட்டுரைகள் குறிப்புகள் பறந்தன. முதலில் இதற்கு பதில்கள் அனுப்புவார் விளாதிமிர். தொடர்ந்து இஸ்கராவுக்கு கட்டுரைகள் எழுதுவார். அரசியலையும், புரட்சிப் போராட்டத்தையும் பற்றி புத்தகங்கள் எழுதினார்.

1901 ஆம் ஆண்டு டிசம்பர் முதல் நாள் முதல் அவரது கட்டுரைகள், நூல்கள் **‘லெனின்’** என்ற பெயர் தாங்கி வெளிவந்தது. இந்த மாபெரும் பெயர் உள்ளூர் முதல் உலகம் வரை பற்றி எரியத் தொடங்கியது.

எரியும் நெருப்பை அணைக்கத்தானே செய்வார்கள்? அதற்கான வேலையும் நடந்தது.

போல்ஸ்வீக்கும் மென்ஸீவீக்கும்

அழகிய ஏரிக்கரை நகரமான ஜெனிவாவின் ஸென்ஷெரோன் எனும் தொழிலாளர் குடியிருப்பில் சைபீரியாவிலிருந்து திரும்பிய நாதேழ்தா உடன் தம்பதி சகிதராய் குடியமர்ந்தனர்.

விளாதிமிர் இலியச் - நாதேழ்தா கன்ஸ்தன் தீனாவ்னாவை அங்கு உள்ள நண்பர்கள் 'இல்ஸீச்' தம்பதியர் என்றே அழைத்தனர்.

நாம் இனி லெனின் - குருப்ஸ்காயா என்றே அழைப்போம்.

ஜெர்மானிய உளவுத் துறை 'இஸ்கரா'வை மோப்பம் பிடிக்கத் தொடங்கியது. எனவே அங்கிருந்து வெளியேற வேண்டியதாகியது. பிரிட்டனின் தலைநகராம் லண்டனின் அந்தத் தம்பதியினர் குடியேறினர்.

லண்டனில் 'இஸ்கரா' ஓர் ஆண்டு வெளிவந்தது. அங்கேயும் உளவுத் துறையின் கண்பட்டது. மீண்டும் ஜெனீவாவில் தொழிலாளர் குடியிருப்பான ஸெஷெரோனில் குடியேறினர். இப்போது குடி புகுந்த இடமும் அமைதியானதுதான்.

லெனினுக்கு வேலை பளு கூடியது. ஏராளமான தோழர்கள் வந்தவண்ணம் இருந்தனர். 1903 ஆம் ஆண்டு முதல் நாள்தோறும் ஒருவரோ, இருவரோ வந்தபடியே இருந்தார்கள். அங்கிருந்த குடியிருப்போர்களுக்கு இது வியப்பாய் இருந்தது. உண்மையில் அங்கு நடக்க உள்ள கூட்டத்துக்கு வந்திருப்போர் என்பது தெரியாது.

இஸ்கரா செய்தித்தாளின் பக்கங்களை அவரே நிரப்பினர். 'கட்சியை எவ்வாறு நிறுவ வேண்டும்; என்ன செய்ய வேண்டும்?' என்ற நூலையும் எழுதினார். கட்சியின் செயல் திட்டங்கள், எப்படி செயலாற்றுவது என்பதையும் எழுதினார்.

“புதிய, மேன்மையான ஒரு சமூகத்தை எப்படி அமைய நாம் விரும்புகிறோம். இத்தகைய மேன்மையான சமூகத்தில் பணக்காரர் களோ இருக்கக் கூடாது. எல்லாரும் சேர்ந்து வேலையில் பங்கு பெற வேண்டும்” என்று எழுதினார் லெனின்.

சைபீரிய சிறையில் இருக்கும் இத்தகைய வேலை திட்டத்தை வகுத்து அதற்கான செயல் வடிவங்களை தீட்டி இருந்தார்.

ஜெனீவாவிலிருந்து கட்சியின் பிரதிநிதிகள் நாட்டின் தலைநகரான பிரஸ்ஸல்ஸ் சென்றார்கள். அங்குதான் கட்சியின் இரண்டாவது காங்கிரஸ் ஒரு பெரிய கிடங்கில் நடந்தது.

அந்தக் கிடங்கை தூய்மைப்படுத்தி துப்புறவாக்கினார்கள். மேடையும் அமைக்கப்பட்டது. லெனினுக்கு முன்பே முதலாவது மார்க்ஸியவாதியான ‘சிலந்தியும் ஈயும்’ என்ற பிரபலமான நூலை எழுதியும் சோசலிச நிர்மான திட்டத்தை முன்மொழிந்த பிளெக்னேவ் இரண்டாவது காங்கிரஸை துவக்கி வைத்து உரையாற்றினார்.

அவரது உரையை லெனின் முதற்கொண்டு கண்கள் விரிய கேட்டனர். அவரது வெகு கால கனவை அவர் விவரித்த விதம் தாம் கண்ட கனவு நிறைவேறி விட்டதாக லெனின் உறுதி கொண்டார்.

தொடர்ந்து லெனின் செயல் திட்டம் தம் பேச்சின் தொடக்கத்தி லிருந்து இறுதி வரை மெய்ப்பிப்பதாக இருந்தது. எதிர் கருத்துடை யோர் விவாதித்தார்கள். தமது திட்டம் சரியானதுதான் என்பதை ஆதரங்களுடன் விவாதித்து நிலைநாட்டினார்.

மத்திய கமிட்டிக்கும் இஸ்கரா ஆசிரியர் குழுவுக்கும் தேர்தல் நடைபெற்றன. எல்லாப் பிரச்சனைகள் பற்றி விரிவாக விவாதிக்கப் பட்டன.

மொத்தத்தில் காங்கிரஸில் லெனின் மிகத் தெளிவாக உள்ளத்தில் பதியத்தக்க வகையில் உரை ஆற்றினார். எல்லாரும் அசாதாரண மௌனத்துடன் ஆர்வத்துடன் கேட்டனர்.

தொ ர்ந்து இருபோய்று காங்கிரஸ 37 கூட்டங்கள் நடைபெற்றன. இதில் நூற்றி இருபது முறை சொற்பொழிவுகளும் பதிலுரைகளும் ஆற்றினார். லெனின் பெரும்பாலான பிரதிநிதிகள் அவருக்கு ஆதரவைத் தந்தனர். இவர்கள் ‘போல்ஷ்வீக்’ என்றழைக்கப் பட்டனர்.

அவரிடமிருந்து பிரிந்து சிறுபான்மையினர் 'மென்ஷ்விக்குகள்' என்ற பெயரைப் பெற்றார்கள். இவர்கள் புரட்சிப் போராட்டத்திலிருந்து விலகி நின்றார்கள். இதற்கு மாறாக 'மென்ஷிஸ்வீக்குகள்' மேலும் நெருக்கமாகி லெனினை மையமாகக் கொண்டு அணி திரண்டார்கள்.

காங்கிரஸின் நிகழ்ச்சிகள் தொடர்ந்தன. அமர்வுகள் ஒன்றன்பின் ஒன்றாகத் தொடர்ந்தன. ரஷ்யப் புரட்சியாளர்கள் வந்து குவிவதைக் கண்ட பெல்ஜிய போலீஸ்காரர்கள் தொடர் கண்காணிப்பில் ஈடுபட்டு அவைகளின் உரைகளை குறிப்பெடுக்கத் தொடங்கினர்.

அபாயம் சூழ்ந்தது. காங்கிரசை புது இடத்துக்கு மாற்றுவது அவசியம் ஆனது. பிரதிநிதிகள் இடம் மாற்றி லண்டனில் கூடினர். லெனினும் சென்றார்; வென்றார்.

லண்டனின் இயற்கை சூழல்களினால் காங்கிரஸ் கூடுவது கலைவதுமான ஆயின. ஒரு சூரியன் பிரகாசிக்க லெனின் மக்களைக் கூட்டி சொன்னார்.

"தோழர்களே! இருபது ஆண்டுகளுக்கு முன் காலமான மார்க்ஸின் கல்லறை முன் கூடுவோம்; அஞ்சலி செலுத்துவோம்" என்றார்.

மார்க்சின் கல்லறை முன் கூடினர். லெனின் தனது தொப்பியைக் கழற்றி கையில் பிடித்தவாறு மெல்லியக் குரலில் சொன்னார் : "தோழர்களே மாபெரும் மார்க்ஸ் நம் ஆசான். அவருடைய போதனைகளை கையிலெடுப்போம். அவரது கல்லறை முன் சபதம் ஏற்போம். ஒரு போராட்டத்தை கைவிட மாட்டோம். முன் செல்லோம் தோழர்களே, முன்னேறிச் செல்வோம்" என்றார்.

❖

8

துப்பாக்கிச் சூடு

பீட்டர்ஸ்பார்க்கில் உள்ள புத்திலவ் தொழிற்சாலையில் மூன்று தொழிலாளிகள் வேலையிலிருந்து நீக்கப்பட்டனர். எவ்வித காரணமும் சொல்லவில்லை. தொழிலாளர்கள் காரணம் கேட்டனர்.

“வேலை நீக்கத்துக்கு காரணம் என்ன? பழிவாங்கும் கண்காணிப்பாளர்கள்” என்று முழங்கினர்.

ஒருவர் பாக்கி இல்லாமல் வேலை நிறுத்தத்தில் ஈடுபட்டனர். தொழிற்சாலை இயங்கவில்லை. தொடர்ந்து சுற்றியுள்ள தொழிற்சாலைகளும் செயல்படாமல் முடங்கின. நகரமே ஸ்தம்பித்தது.

1905 ஆம் ஆண்டு ஜனவரி மாதம் *9*ஆம் தேதி ஆயிரக்கணக்கான தொழிலாளர் போராட்டக் களத்தில் குதித்து ஊர்வலம் புறப்பட்டனர்.

‘ஜாரிடம் நியாயம் கேட்கிறோம். ஜாரே எங்கள் கோரிக்கைக்கு செவி கொடு. எங்களைப் பட்டினி போடாதே!’ எனப் புறப்பட்டனர்.

போல்ஷ்வீக்குகள் அவர்களைத் தடுத்தனர். ‘ஜார் உங்கள் கோரிக்கைகளை ஏற்க மாட்டார்கள்’ என்றனர்.

தொழிலாளர்களோ தொடர்ந்து வேலை நிறுத்தத்தை, ஊர்வலத்தை தொடர்ந்தனர். அவர்கள் "மக்களின் பிரச்சனை ஜாருக்குத் தெரியாது. அதனை நேரிடையாய் முறையிட்டால்தான் அவர் புரிந்து கொள்வார். மேஸ்திரிகளின் அடாவடித்தனத்தையும், முதலாளிகளின் இருப்பையும் ஜாரிடம் முறையிட வேண்டும்" என்றனர்.

ஜாரிடம் விண்ணப்பிக்க புகார் மனு எழுதி சமர்ப்பிக்க எடுத்துச் சென்றார்கள். அன்று ஞாயிற்றுக்கிழமை ஒவ்வொரு மூலையில் இருந்தும் அணி அணியாக திரண்டனர். வீதிகள் மக்கள் கூட்டம் பெருகி அரண்மனை முன் உள்ள சதுக்கங்களில் கூடினர். பெண் களும், குழந்தைகளும் நிறைந்திருந்தனர். ஜார் நம்மைக் காப்பாற்று வார் என தெய்வத்தையும் வணங்கினர்.

நாற்சத்திகளும், இராணுவத்தினரும், காவலர்களும் கையில் துப்பாக்கியுடன் நின்றனர்.

அக்காலத்தில்தான் முதல் உலக யுத்தத்தின் சொச்சமாய் ஜப்பானுடன் போர் நடந்து கொண்டிருந்தது. தரையிலும் கடலிலும் போர் உச்சக் கட்டத்தை அடைந்திருந்தது. ஓர் ஆண்டு முன்புதான் ஜப்பானியர் ரஷ்யா மீது போர்த் தொடுத்திருந்தனர். ஆயிரக்கணக்கான மக்களும், இராணுவத்தினரும் மடிந்திருந்தனர்.

இன்றோ ஜாரின் ராணுவ அதிகாரிகள் நிராயுதபாணிகளுடன் தொழிலாளர்களுக்கு எதிராக படைவீரர்களை கொண்டு நிறுத்தி இருந்தனர். எதற்கு?

பிரம்மாண்டமான பனிக்கால அரண்மனை முன்பு மக்கள் திரள் புனித தேவ மாதாவின் திருவுருவப்படத்தை ஏந்தியவாறு அமைதி யாக நின்றனர்.

படைவீரர்கள் கடுகடுப்புடன் நின்றனர். அதிகாரி கையுறை அணிந்த கரத்தை உயர்த்தினான். காவலர்கள் துப்பாக்கியை தயாராக தோள் மீது இருத்திக் கொண்டனர்.

மக்கள், "தோழர்களே, படைவீரர்களே பயப்பட வேண்டாம். நாங்கள் ஜாரிடம் மனு கொடுக்கவே வந்துள்ளோம்" என்றனர்.

அதிகாரியோ, 'மேலே ஒரு காலடி வைக்காதீர்கள்' என்று கத்தினான்.

கூட்டத்தினரோ, "நாங்கள் அமைதியாக ஜாரிடம் விண்ணப்பம் அளிக்க வந்துள்ளோம்" எனக் கத்தியபடி சர்ச் கொடிகளையும், தெய்வப்படங்களையும், வெள்ள கைக்குட்டைகளையும் வீசியபடி முன்னேறினர்.

'சுடு' என உத்தரவிட்டான் அதிகாரி.

படபடவென துப்பாக்கியிலிருந்து குண்டு பாய்ந்தது. தொழிலாளர் கூட்டத்திலிருந்து 20 ஆட்கள் சரிந்து விழுந்தனர்.

மேலும் அதிகாரி, 'சுடு! சுடு!சுடு!' என உத்தரவு பிறப்பித்தபடி இருந்தான் அதிகாரி.

கூட்டம் பறந்தோடியது. சிலர் குண்டடிப்பட்டு மடிந்து விழுந்தனர். மேலும் உருவிய வாலுடன் குதிரைப் படையினரும் கூட்டத்தில் புகுந்தனர்.

'தோழர்களே தொலைந்தோம்' என தீன குரலும் ஒலித்தது.

'நாசமாய் போக' என்று சபித்தனர் கூட்டத்தினர்.

'ஜார் தன் சொரூபத்தை காட்டி விட்டான். இவர்களை நம்பி வந்தீர்களே' என ஒரு போல்ஷ்வீக் தோழர் குரல் கொடுத்தார்.

தொழிலாளர்கள் தங்கள் நிலை அறிந்தனர். ஜார் மீது மக்கள் கொண்ட நம்பிக்கை பொய்த்தது.

1905 ஆம் ஆண்டு இப்போராட்டத்தில் ஆயிரம் தொழிலாளர்களுக்கு மேல் மரணம் அடைந்தனர். 5000 பேர் காயமடைந்தனர்.

எங்கும் ஓலம், மின் கம்பங்கள் வீழ்ந்தன. காவலர்களிடமிருந்து தங்களைக் காப்பாற்றிக் கொள்ள அரண்களை அமைத்தனர். ஜார் ஆட்சிக்கு எதிராக மக்கள் வெள்ளம் திரண்டெழ ஆரம்பித்தனர்.

●

இச்செய்தி காட்டுத்தீயாய் பரவியது. ஜெனிவாவில் குடியிருந்த ரஷ்யர்கள் கொதித்தெழுந்தனர். ஒரு உணவு விடுதியில் கூடினர். எல்லாரும் குறைவாகவே பேசினார்கள். ஒவ்வொருவரின் உறவும் மாண்டது. அவர்கள் உள்ளத்தில் சோகத்தை ஏற்படுத்தியிருந்தது. ரஷ்யாவில் மக்களின் உணர்வுகளை போல்ஷ்வீக்கள் புரிந்து அறிந்து கொண்டார்கள்.

லெனின் தாய்நாடு திரும்ப விரும்பினார். மனம் அலை பாய்ந்தது.

கூட்டத்தில் ஒருவர், 'விதி தீர்க்கும் போரில் பலியானீர் நீங்கள்' எனப் பாடல் வரியை தொடங்க.... பிறரும் தொடர பலர் விழிகளில் கண்ணீர் பெருக்கெடுத்தது.

'ரஷ்யாவில் புரட்சி' என முழங்கினார் லெனின்.

கூடியிருந்தோர் உடன் முழங்கினர்.

'இஸ்கரா' செய்தித்தாள் மென்ஷ்வீக்குகள் கைக்கு போனதால் 'வ்பெரியோத்' (முன் செல்க) என்ற செய்தித்தாளுக்கு லெனின் கட்டுரை வடித்தார். அதில், "மக்கள் எழுச்சி தொடங்கி விட்டது. பலத்துக்கு எதிராக பலம். வீதிச் சண்டை உக்கிரமாகிறது. தடையரண் எழும்பத் தொடங்கி விட்டது. பீரங்கிகள் முழங்குகின்றன. இரத்த வெள்ளம் பெருக்கெடுத்து ஓடுகிறது. விடுதலைப் பொருட்டு உள்நாட்டு போர் ஆரம்பித்து விட்டது..."

'புரட்சி ஓங்குக!'

'போராட எழுந்துள்ள தொழிலாளர் புரட்சி நீடுழி வாழ்க!' என்று எழுதினார்.

கப்பலில் செங்கொடி

ஜெர்மனியில் ஜெனிவா நகரில் லெனின் தம்பதியினர் இல்லத்தில் அழைப்பு மணி ஒலித்தது. குரூப்ஸ்காயா கதவைத் திறந்தார்.

இளைஞனை வரவேற்று லெனினிடம் அறிமுகப்படுத்தினார்.

அவன் வாலிபன் ஆனாலும் அவன் முகம் குழந்தைத்தனமாக இருந்தது.

அக்காலத்தில் ரஷ்யாவில் ஆங்காங்கே மக்கள், தொழிலாளர்கள் புரட்சி வெடித்தது. லெனினிடம் ஆலோசனை செய்ய அடிக்கடி யாராவது வந்து கொண்டே இருந்தனர்.

அவ்விளைஞன் லெனின் முன் ராணுவ வீரன் நிற்பது போல் விரைப்பாக நின்றான்.

அவன் தன்னை அவரிடம் அறிமுகப்படுத்திக் கொண்டான். "நான் 'பத்யோம்' போர்க் கப்பலின் மாலுமி" என்றான்.

லெனின் அவனிடம் கைகுலுக்கினார்.

" புரட்சிப் போர்க்கப்பல் பத்யோம்சினின் மாலுமி குழுத் தலைவர் அல்லவா நீங்கள்! குருப்ஸ் எவ்வளவு இளவட்டம் பார்" என குருப்ஸ்காயாவுக்கு அறிமுகப்படுத்தினர்.

சிறிது நேரத்தில் அவர்களுக்கு தேநீர் தயாரானது. மாலுமி ரொட்டித் துண்டுகளுடன் தேநீரில் நனைத்து உண்டபின் லெனின், 'அருமைத் தோழரே நடந்ததை சொல்லுங்கள்' என்றார்.

அவன் அக்கப்பலின் கதையைக் கூறலானான்.

●

அண்மையில் கட்டப்பட்ட போர்க்கப்பல்தான் 'பத்யோம்சின்' அது பிரம்மாண்டமானது. ஆயுதங்களுடன் 740 வீரர்கள், மாலுமி களுடன் கொண்டது.

ரஷ்யாவில் கிளர்ச்சிகள் கொழுந்து விட்டெரிந்து கொண்டிருந்த நேரம். ஒருபுறம் முதல் உலக யுத்தத்தின் ஜப்பானியர் ரஷ்யாவில் தாக்குதல் நடத்தி ரஷ்யா தோல்வியை சந்தித்துக் கொண்டிருந்தது. ஜலசந்தியில் கப்பல் ஒன்றும் ஜப்பானியரால் மூழ்கடிக்கப்பட்டது. ஜார் ஆட்சியில் அதிகாரிகள் தோல்வி முகம் கண்டனர். ஜார் இரண்டாம நிக்காலாவை மக்கள் இகழ்ந்து வெறுத்தனர்.

அந்தக் கப்பலின் கமாண்டர் இறக்கமற்றவன். புரட்சி, கப்பல் ஊழியர்களுக்குள் புகுந்து விடுமோ என்ற அச்சத்தில் இருந்தான். அதனால் தொழிலாளர் புரட்சி செய்து அவர்கள் காதில் விழாமல் பார்த்துக் கொண்டான்.

கப்பல் ஊழியர்கள் அவரவர் வேலையை செய்து கொண்டிருந்தனர். மேல் தட்டிலிருந்து ஒரு துர்நாற்றம் வீசியது. ஊழியர்கள் மேலே ஏறிப் பார்த்தனர். உணவுக்காக மாட்டப்பட்டு தொங்கிய இறைச்சியிலிருந்து கொழுத்த புழுக்கள் மொய்த்து நெளிந்தது. இதைக் கண்டு ஊழியர்களுக்கு குமட்டி எடுத்தது.

நமக்குத் தருவதற்காகத் தான் இதனை வைத்திருக்கிறார்கள் என அறிந்து கொண்டனர் ஊழியர்கள். இதனை திண்ணக் கூடாது என்று முடிவெடுத்தனர். அதிகாரிகள் முறையிட்டால் பிரச்சனை எழும் என அமைதியாயினர்.

மதிய உணவு வேலை வந்தது. சாப்பாட்டு மணி ஒலித்தது. சாப்பாட்டு கூடத்தை அடைந்தனர். சமையல்காரன் காரட் சூப்பை கிண்ணங்களில் ஊற்றினான். அதில் புழுக்கள் மடிந்து நெளிந்தன.

'சாப்பிட மாட்டோம்' என்றனர்.

மௌனம் நிலவியது. சமையல்காரன் அதிகாரியை அழைத்து வர ஓடினான். அதிகாரி ஓடி வந்த, 'என்ன ஆயிற்று?' என்று அதிகாரத்துடன் கேட்டான். ஊழியர்கள் புழுக்கள் நெளிவதைக் காட்டி முகத்தை சுழித்தனர். அதிகாரி கமாண்டரிடம் போய் முறையிட்டான்.

விரைவில் சங்கொலி கேட்டது. அனைவரும் மேல் தட்டுக்கு ஓடினர். அணிவகுத்து நின்றனர். சிற்றலைகள் கப்பல் மீது மோதிக் கொண்டிருந்தது.

'என்ன கலகமா செய்கிறீர்கள். இதனை தூண்டி விட்டவர்கள் யார்?' என்று கத்தினான்.

ஊழியர்கள் பேசாமல் நின்றனர். அதிகாரிகள் கப்பல் படை வீரர்களை அழைத்து வந்து அவர்கள் முன் நிறுத்தினர்.

'அந்தத் திரைச்சீலையை விரியுங்கள்' என்று உத்தரவிட்டான் அதிகாரி.

இதற்குப் பொருள், கமாண்டர் சிலருக்கு மரண தண்டனை விதிக்கப் போகிறார் என்பதே.

தார்சீன் விரிக்கப்பட்டது. யார் மீது அதனை போர்த்துகிறாரோ அவர் சுட்டு வீழ்த்தப்படுவார்.

எல்லாரும் சிலையாய் நின்றார்கள் சாவின் விளிம்பில்.

திடீரென ஒரு ஊழியன் வெளியே வந்தவன், 'தோழர்களே! எத்தனை நாள் பொறுத்திருப்பது. ஆயுதங்களை கைப்பற்றுங்கள்' என்றவாறு துப்பாக்கியை கைப்பற்ற கிடங்குக்குள் ஓடினான்.

ஊழியர்கள் 'கமாண்டர் ஒழிக! ஜார் ஒழிக! விடுதலை பெறுவோம், வாருங்கள் தோழர்களே' என்று முழங்கினர்.

அணி வரிசை கலைந்தது. ஊழியர்கள் துப்பாக்கிகளை ஏந்தினர். சீனியர் அதிகாரி சுட உத்தரவிட்டான். ஒருவன் சுட்டான். ஊழியர் ஒருவர் மாண்டார். ஊழியர்கள் கோபம் கொண்டனர். அதிகாரியை சுட்டு வீழ்த்தி விட்டனர். கமாண்டர் ஒளிந்துக் கொள்ள அவனைத் தேடி கண்டுபிடித்து தூக்கி வீசியெறிந்தனர்.

போர்க்கப்பல் 'பத்யோம்சின்' விடுதலைப் பெற்றது.

மேற்கொண்டு என்ன செய்து. கப்பலின் கேப்டன் யார்? யார் ஓட்டிச் செல்வது? ஊழியர்கள் கூடினர். ஒருவரை தேர்ந்தெடுத்தனர். கப்பல் ஒதேஸ்ஸா துறைமுகம் நோக்கி பயணித்தது.

இது நடந்தது 1905 ஆம் ஆண்டு ஜூன் 14ஆம் தேதி.

'பத்யோம்கின்' செங்கொடியை ஏந்தியவாறு ஓத்தேஸ்வா துறைமுகம் அடைந்தது.

இச்சமயத்தில்தான் தொழிலாளர் போராட்டம் ஆங்காங்கே கிளர்ந்தெழுந்து கொண்டிருந்தது. ஜார் பீட்டர்ஸ்பர்க்கிலிருந்து, 'கலகக் கிளர்ச்சிப் படையை ஒடுக்கு' என்றார்.

கலகக்காரர்களுக்கு எதிராக மற்றொரு போர்க்கப்பல் அமைக்கப் பட்டது. ஒன்றல்ல 13 கப்பல்கள்.

'பத்யோம்கீன்' கப்பல் ஊழியர்கள் அதனை எதிர்நோக்கிக் காத்திருந் தனர். எதிராக வரும் பீரங்கி வீரர்களை சுடாதிருக்கவும் என வேண்டுகோள் விடுத்தனர்.

போர்க்கப்பல்கள் 'பத்யோம்கீன்' அடக்குவதற்காகக் கொண்டு வந்த 13 கப்பல்களிலும் போர் வீரர்கள் 'ஹுர்ரா" என சந்தேகக் குறியீடுகளால் 'உங்களுடன் சேர்ந்து கொள்கிறோம்' என்றனர்.

கடற்படை கமாண்டர் எதிர்பார்க்கவில்லை. பயந்து போனான். எதிர்க்க வந்த கப்பல்கள், அதன் ஊழியர்கள் பத்யோம்கினி கப்பலுடன் ஊழியர்களுடன் இணைந்து செங்கொடி ஏற்றி ஒதேஸ்ஸாவை நோக்கிப் புறப்பட்டது.

இந்தச் சமயத்தில்தான் லெனினால் அனுப்பப்பட்ட தோழர் கிளர்ச்சி செய்த பத்யோம்கின் காரர்களுக்கு உதவும் பொருட்டு புறப்பட்டார். "உறுதியுடனும், விரைவாகவும் செயல் புரிவதன் அவசியத்தை கப்பல் ஊழியர்கள் உணரும்படி எடுத்துச் சொல் லுங்கள். நகரைக் கைப்பற்றலாம்" என்றார்.

போர்க்கப்பலில் குடிநீர் தேவை குறைந்தது. ஊழியர்கள் தவித்தனர். விரைவில் இதிலிருந்து மீள வழி என்ன? என்று தவித்தார். அதிகாரிகள் ஊழியர்களுக்கு தண்ணீர் தர மறுத்தனர்.

செங்கொடி கப்பல் துவளவில்லை. பதினோராம் நாள் அன்று கப்பல் ருமேனிய கப்பல் துறை அடைந்தது.

ஊழியர்கள் துவண்டு போயின. குடிநீர் இல்லை; நிலக்கரி இல்லை; உணவு இல்லை.

'கப்பலை எங்களிடம் ஒப்படையுங்கள். நாங்கள் உதவுகிறோம். ஜாரிடம் உங்களை காட்டிக் கொடுக்க மாட்டோம்' என்று ருமேனிய அரசு உத்தரவாதம் தந்தது.

கப்பலின் ஊழியர்கள், மாலுமிகள் நிம்மதி பெருமூச்சு விட்டனர்.

தலைமறைவு வாழ்க்கை

பீட்டர்ஸ்பர்க் செல்ல அந்த புகைவண்டி மாஸ்கோவில் நின்றிருந் தது. வழியனுப்ப வந்தவர்கள் பிளாட்பாரத்தில் நின்றிருந்தனர். கடைசி பெட்டி வரை உளவாளிகள் நோட்டமிட்டவாறு சென்று திரும்பினர்.

'யாரும் இல்லையே' என்றான் ஒருவன்.

'கடைசி நேரத்தில் வருவான்' என்று பதிலளித்தான் மற்றொருவன்.

இவர்கள் பயணிகளில் ஒருவனை தேடுவதற்குள் வண்டி புறப் பட்டது. அவர்களில் ஒருவர் தன் கோட்டிலிருந்த புகைப்படத்தை பார்த்தும் ஒரு பக்கம் ரயில் ஜன்னலில் பார்வையும் செலுத்தினான்.

"லெனின் தொழிலாளர் எழுச்சியை வழிநடத்த ஜெர்மனியிலிருந்து ரஷ்யா வந்திருக்கிறார். அவரை பிடிக்கும்படி தலைமை கட்டளை யிட்டுள்ளது. நாளை மறுபடியும் வருவோம்" என்று புகைப்படத்தை பைக்குள் திணித்தபடி புறப்படத் தயாரானான் உளவாளி.

ரயிலின் ஓசை தொடர்ந்தது.

ரயில் நிலையத்தை அடைந்தது. விரைவில் வீட்டுக்குச் சென்றார். வீடு தலைநகரின் நடுவில் இருந்தது. அது ஒரு சிறு அறை. இரும்புக் கட்டில், மேலே கம்பளி விரிப்பு. ஜன்னல் அருகே ஒரு மேஜை நாற்காலி. யாருமில்லாத ஒரு வீடு.

அவர் உள்ளே நுழைந்த தன் கண்ணாடியை கழற்றி அதன் கூண்டுக்குள் வைத்து பேப்பர்களை மேஜை டிராயரிலிருந்து எடுத்து எழுதத் தொடங்கினார்.

ஒரு மணி நேரத்தில் கதவு திறக்கும் ஓசை. மென் மயிர்த்தோல் கோட்டுடன் தொப்பியுடன் அறைக்குள் நுழைந்தார்.

கவனம் செலுத்திய லெனின், 'ஓ மை டியர்' என நாதேழ்தா என்கிற குரூப்ஸ்காயாவை வரவேற்றார்.

'ஒற்றர்கள் பிடியில் சிக்காமல் எப்படி தப்பி வந்தீர்கள்!' என்றாள்.

'அதைக் கேட்க வேண்டுமா?' என்ற ஒரு நீலக்கண்ணாடியை கூண்டி லிருந்து எடுத்துக்காட்டி 'கணணை மறைக்கத்தான்' என்றார்.

லெனினும் - குரூப்காயாவும் சட்டவிரோதமாகவே ஜெர்மனியி லிருந்து மாஸ்கோ திரும்பினர். ஆயினும் புனைப் பெயர்களுடன் மாஸ்கோவிலேயே வெவ்வேறு இடங்களில் தங்கி தங்கள் சந்திப்பைத் தொடர்ந்தனர்.

இக்காலத்திலேயே மாஸ்கோவில் ரயில்வே தொழிலாளர்கள் வேலை நிறுத்தம் இவர்களுக்கு ஆதரவாக தொழிற்சாலைகளில் தொழிலாளர்கள், மேலும் டிராம்கள், குதிரை வண்டிகளும் வேலையை நிறுத்தி விட்டனர். மின்சார ஊழியர்களும் கலந்து கொண்டு கிராம் வரை மின் இணைப்பு துண்டிக்கப்பட்டு பாதிப் பினை உண்டாக்கினர்.

இத்தகையப் போராட்டத்தை ஆரம்ப கட்டத்திலேயே நிறுத்த ஜார் மன்னன் ஒரு அறிக்கை விட்டான். ஏற்கனவே கைது செய்தவர்களை விடுவிப்பதாக தெரிவித்தான். ஆயினும் மக்கள், தொழிலாளர்கள் நம்பவில்லை.

1905 ஆம் ஆண்டு டிசம்பர் 7ஆம் தேதி மாஸ்கோவில் மீண்டும் வேலை நிறுத்தம் செய்தனர். இதனை அடக்க அரசு காவலர்களை குவித்தது. ஆங்காங்கே தடை அரண்கள் அமைக்கப்பட்டன.

வேலை நிறுத்தத்தின் மூலவர்கள் பிரஸ்னேனியா என்ற இடத்தில் கூடி தொழிலாளர் பிரதிநிதிகள் கொண்ட ஒரு அமைப்பை உருவாக்கினார். தொழிலாளர் ஆட்சி உருவாக்கப்பட்டது.

ஜார் அரசு இதனைக் கைப்பற்ற காலாட்படை, குதிரைப்படை, பீரங்கிப் படை, கஸாக் படை பிரிவுகளையும் மாஸ்கோவுக்கு அனுப்பி வைத்தது. ஜாரின் பீரங்கிப் படை தொழிலாளர்கள் ஆக்கிர மித்திருந்த பிரேஸ்னியா வட்டாரத்தை சூழ்ந்து குண்டு மழை பொழிந்தனர். தொழிலாளர்கள் உருவாக்கிய மர வீடுகளும், காடு களும் தீப்பற்றி கொழுந்து விட்டெரிந்தன.

சண்டை பத்து நாட்கள் நீடித்தது. தொழிலாளர்களும் போல்ஷ்வீக்குகள் எதிர்த்துப் போரிட்டாலும் ஜாரின் படை வலிமைக்கு ஈடு கொடுக்க முடியவில்லை.

தொழிலாளர்கள் ஆயுதப் புரட்சி அவசியம் தானா? என்ற இந்நிலையில் கேள்வி எழுந்தது.

'தேவையில்லை!' என்றனர் மென்ஷ்வீக்குகள்.

'அவசியம் தேவையில்லை' என பிளக்னெவ் அழுத்திக் கூறினார்.

ரஷ்யாவில் ஆயுதப் புரட்சிக்கு மக்களும், தொழிலாளர்களும் தயாராகி விட்டனர். பிளக்னெவ் போல்ஷ்வீக்கிடமிருந்து விலகி நின்றார்.

"ரஷ்யாவின் புரட்சிக்கு மக்கள் தயாராகி விட்டார்கள். ஆயுதப் போராட்டம் அவசியமானதுதான். தொழிலாளர்கள் அக்னி பரிட்சையில் தேறி விட்டார்கள்" என்றார் லெனின்.

குருப்ஸ்காயாவும் லெனின் இத்தகைய ஆயுதப் போராட்டம் குறித்து கட்சியின் மத்திய கமிட்டி செயலாளர் என்ற முறையில் அவரிடம் இந்நிகழ்வுகளையும், அதன் செயல்பாட்டினையும் விவரித்தார். இதன் மூலம் லெனின் நெருங்கிய அரசியல் தோழ ரானார்.

இதேபோல் லெனின் உற்றத் தோழர் பௌமன். அவருடன் இணைந்து 'இஸ்கராவை' தொடர்ந்து கொண்டு வர முன் நின்றவர். காவலர்கள் சும்மா விடுவார்களா? அவரை கைது செய்தனர். தப்பித்தார். மீண்டும் கைது செய்தனர்.

1905 ஆம் ஆண்டு பெண்கள் சிறையிலிருந்து விடுவிக்கப்பட்டார். சில நாட்களில் நடந்த தொழிலாளர் போராட்ட ஊர்வலத்தினை ஏற்று நடத்துகையில் ஒரு கைக்கூலியாய் இரும்புத் தடியை தாக்கி மௌமனைத் தாக்கி உயிரிழக்கச் செய்தான்.

போல்ஷ்வீக், புரட்சியாளர், வீரர் பௌமனின் இறுதிச்சடங்கில் மாஸ்கோ தொழிலாளர்கள் நிறைய பேர் கலந்து கொண்டனர்.

'இத்தகையவர்களாலேயே நமது கட்சி வலிமை பெற்றிருந்தது' என லெனின் புகழாரம் சூட்டினார்.

உளவாளிகள் தொடர்ந்து லெனினையும் - குருப்ஸ்காயாவையும் நோட்டமிட்ட னர். இதனை அறிந்து கொண்ட லெனின் இடத்தை மாற்ற வேண்டும் என்றார்.

எழுதி முடித்த கட்டுரைகளை பத்திரமாக குருப்ஸ்காயா தன் ஆடை களுக்கிடையில் செருகி வீட்டை விட்டு வெளியேறினர். உளவாளி நோட்டமிட்டபடி இருந்தார். லெனின் ஒரு குதிரை வண்டிக்

காரனை அழைத்து நிறுத்தினார். உளவாளிக்கு டேக்கா கொடுத்து விட்டு வண்டிக்குள் குருப்ஸ்காயாவையும் ஏற்றி தானும் ஏறிக் கொண்டார்.

குதிரை வண்டிக்காரனிடம் இல்லாத ஊர் பெயரைச் சொல்ல அவனும் தலையாட்டி விட்டு வண்டியை ஓட்டினான்.

வழியில் ஓரிடத்தில் இறங்கி சந்து பொந்துகளில் நடந்து பணியின் துளிகளை ரசித்தபடி கைகோர்த்தபடி குறிப்பிட்ட இடத்துக்கு அழைத்துச் சென்றார்.

அந்த இடத்தில் போல்ஷ்வீக்குகள், தோழர்கள் கூடி வர தோழர்கள் லெனினை பேச வைத்தனர்.

❖

9
மீண்டும் தலைமறைவு

ரஷ்ய ஜனங்களாகிய ஆடுகள் மீது அரசிக்கும் கடுவாய் அரசனும், அவனது ஓநாய் மந்திரிகளும் நெடுங்காலமாய் தரித்திருக்க மாட்டார்கள். இவர்களின் இறுதிக் காலம் வெகு சமீபமாக நெருங்கி விட்டதென்பதற்கு தெளிவான பல சின்னங்கள் புலப்படுகின்றன.

"இப்பொழுது மறுபடியும் பெருங்கலகம் தொடங்கி விட்டது. ரஷ்ய சக்கரவர்த்தியின் சிங்காதனம் இதுவரை எந்தக் காலத்திலும் ஆடாதவாறு அத்தனை பலமாக இருக்க இப்போது ஆடத் தொடங்கி விட்டது.

சுயாதீனத்தின் பொருட்டும், கொடுங்கோன்மை நாசத்தின் பொருட்டும், கொடுங்கோன்மை நாசத்தின் பொருட்டும், நமது ரஷ்யத் தோழர்கள் செய்து வரும் உத்தமமான முயற்சிகள் மீது ஈசன் பேரருள் செலுத்துவாராக"

என்ற மகாகவி பாரதியின் படப்பிடிப்பு அவரது தீர்க்க தரிசனத்தையும், புரட்சி எழுச்சியோடு அவருக்கு ஏற்பட்ட தோழமையையும் காட்டுகின்றது.

ரஷ்யாவில் தொழிலாளர் போராட்டம் தொடர்ந்து இரண்டு ஆண்டுகள் பல்வேறு வடிவங்களில் கிளர்ந்தெழுந்தன. ஜார் ஆட்சி

ஒருபுறம் ஆர்ப்பாட்டக்காரர்களை சுட்டும், கைது செய்தும், சைபீரிய சிறைவாசமும், தண்டனைகள், மரண தண்டனைகள் என நிறை வேற்றியது.

லெனின் அப்போது பீட்டர்ஸ்பர்க் அடுத்த ஒரு கிராமத்தில் 'புரோலித்தாரி' (பாட்டாளி) எனும் பத்திரிக்கையின் ஆசிரியராக இருந்து எழுதி வந்தார். இப்பத்திரிக்கை தடை செய்யப்பட்டிருந்தது. பத்திரிக்கை விநியோகப் பொறுப்பை துணைவியார் குருப்ஸ்காயா விடம் ஒப்படைக்கப்பட்டிருந்தது. எனவே அவர் அடிக்கடி பீட்டர்ஸ்பர்க் சென்று லெனின் ஒப்படைக்கும் கட்சி பொறுப்பு களை நிறைவேற்றி வந்தார்.

ஒரு நாள் படபடப்புடன் வீடு வந்து சேர்ந்தார் குருப்ஸ்காயா.

காவல் நிலையங்களில் 'போல்ஸ்வீக்கின் லெனினை தேடிக் கண்டு பிடிக்கலாம்' என தகவல் பலகையில் நோட்டிஸ் ஒட்டப்பட்டிருந்தன.

அக்காலத்தில் பின்லாந்து ஜாரின் ஆட்சிக்கு உட்பட்டிருந்தது.

லெனின் வெளிநாடு சென்றுவிட வேண்டும். அங்கிருந்து பத்திரிகைப் பணியை மேற்கொள்ள வேண்டும் என்று போல்ஸ்வீக் மையம் தீர்மானித்தது.

அவ்வாறே குருப்ஸ்காயா அங்கேயே விட்டுவிட்டு பின்னர் வரவும், லெனின் ஸ்வீடன் தலைநகர் ஸ்டோக்ஹோம் செல்ல ஏற்பாடு செய்தனர்.

1907 ஆம் ஆண்டு டிசம்பர் மாதம் லெனின் ரயிலில் பின்லாந்தின் தலைநகரான அபேவுக்கு புறப்பட்டார்.

அபே ரயில் நிலையத்தில் போலீஸ் கண்காணிப்பு தீவிரப்பட்டி ருந்தது. அங்கே கைது செய்யவும் தயாராய் இருந்தனர். அவர் கையில் சிறுபெட்டி மட்டுமே இருந்தது. உளவாளிகளின் நோட்டத்தை அறிந்து கொண்டும் பனிமழை கொட்டிக் கொண்டிருந்தது. சிறிது அச்சப்பட்டாலும் துணிந்து ரயில் மெல்ல செல்கையில் தாவிக் குதித்தார். ஏதும் காயம் ஏற்படவில்லை.

லெனின் மீது வெண்பனி துகள்கள் மேலே அப்பி இருக்க எத்திசை செல்வது என்று அறியாமல் நடந்தார். பழக்கமற்ற பாதை பனிக்கால இரவு, 'உளவாளி தன்னை தேடிக் களைத்துப் போய் இருப்பான்' என்ற நினைவோடு ரயில் பாதையோரமாகவே அபோ துறைமுகம் நோக்கி நடந்தார்.

அபோ துறைமுகம் சென்று விட்டார். அப்போது ஆபத்து விலக வில்லை. துறைமுகம் எங்கும் காவலர்களும், உளவாளிகளும் நிறைந்திருந்தனர். அப்பக்கம் தலை காட்டக் கூடாது என்று பின்னோக்கினார்.

போல்ஸ்வீக் தலைமையகம் லெனினை அபோவிலிருந்து ஸ்டாக்ஹோம் செல்ல ஒரு தோழரை ஏற்பாடு செய்திருந்தது. அவர் லெனினை கண்டு கொண்டார். பாறைகள் நிறைந்திருந்த கடற்கரை யில் மீனவர் குடியிருப்புக்கு லெனினை அழைத்துச் சென்றார்.

அங்கே நூற்றுக்கணக்கான தீவுகளும், தீபகற்பங்களும் நிறைந் திருந்தன. அவைகள் பணியால் போர்த்தப்பட்டிருந்தன.

லெனினை ஒரு தீவுக்கு அழைத்துச் செல்ல இரு மீனவர்கள் இசைந்தார்கள். இருட்டியபின் பத்திரமாக லெனினை வழிநடத்திச் சென்றனர். இளைஞர்கள் தமக்காகப் போராடும் ஒருவரை அழைத்துச் செல்வதில் புளகாங்கிதம் அடைந்தார்கள். பின்லாந்து காரர்களும் ஜாரை வெறுத்தார்கள். ஜாருக்கு எதிரியாக யாராக இருந்தாலும் அவர்களை கொண்டாடினார்கள்.

பனிப்பாறைகள் நிறைந்த அப்பாதையில் ஊன்றுகோலால் தட்டித் தட்டி அவரை பத்திரமாக அழைத்துச் சென்றனர். லெனின் அவரை அழைத்துச் சென்ற மீனவ இளைஞர்களை தோள் மீது தட்டி, 'நன்றி தோழர்களே!' என்று பாராட்டினர். பருவ நிலை மோசமாக இருந்ததால் எது பனிப்பாறை, எது நீர் சூழ்ந்த இடம் என்று அறியாமல் லெனின் தடுமாறினார். அவரது ஊன்று கோலும் தடுமாறியது. ஆபத்தில் சிக்கினார். எப்படி தப்பித்தோம் என்று சரியாக லெனினுக்கு நினைவில்லை. யாரோ கையை நீட்ட லெனின் அவரது கைப்பற்றி நீரிலிருந்து தப்பினார்.

அழைத்துச் சென்ற தோழர்கள் அவரது நெஞ்சுரத்தை பாராட்டினர். ஜாரை எதிர்த்துப் போராடும் ரஷ்யத் தோழர் பனி பாளத்துக்கு அடியே மூழ்கி விடவில்லை என்பதால் அளவற்ற மகிழ்ச்சி கொண்டனர்.

லெனினை தீவில் விட்டு, பின் ஸ்வீடன் நாட்டு கப்பலில் அவரை ஏற்றி விட்டுச் சென்றனர். லெனின் ஸ்டாக்ஹோம் அடைந்தார். அங்கு அவரை எதிர்நோக்கி குரூப்ஸ்காயா காத்திருந்தார்.

இருவரும் மீண்டும் தாய்நாட்டுக்கு வெளியே ஜெனிவா சென்றார்கள். இவர்கள் அடிவைத்த நாளில் வறண்டு காணப் பட்டது. குளிர் காலமாயினும் வெண்பனி இல்லை. கடுங்குளிர் காற்று மட்டுமே வீசியது.

ஜெனிவா மக்கள் வீட்டுக்குள்ளேயே முடங்கிக் கிடந்தார்கள். ஒரு அமைதியான சூழலே நிலவியது.

1910 ஆம் ஆண்டு ஸ்வீடன் தலைநகர் ஸ்டாக்ஹோமில் இருந்தார். ஸ்வீடன் மக்கள் மாளிகையில் அன்று லெனின் சொற்பொழிவு. ஏற்கனவே நடந்த பாதைகள், சந்தித்த தோழர்கள். வளைந்து வளைந்து செல்லும் பாதை வழியே புன்முறுவலுடன் நடை பயின்றார்.

வழியில் பூ விற்கும் ஒரு பெண்ணை கண்டார். அவளிடம் சிவப்பு, மஞ்சள், இளஞ்சிவப்பு ரோஜா மலர்கள் கூடையில் வைத்திருந்தாள். அவரிடம் சிவப்பு ரோஜாக்கள் வாங்கிக் கொண்டு மலர்க் கூடையுடன் நடந்தார்.

மக்கள் மாளிகையை நெருங்கினார். லெனின் வரவைக் கண்ட தோழர்கள், 'லெனின், லெனின்!' என்ற ஒரே குரலில் அவரை வரவேற்றார்கள். எல்லோரும் சூழ்ந்து நெருங்கினார்கள். அவரது பத்திரிகையும், அவரது எழுத்தும் அவரை மக்களிடத்தில் கொண்டு சென்று ஆர்ப்பரிப்புடன் வரவேற்கச் செய்தன.

அக்கட்டத்தில் வயதான ஒரு நங்கையும், இளம் நங்கையும் நின்றிருந் தனர். அவர்களை கண்டு கொண்ட லெனின் அவர்களுக்கு அருகில் சென்று முதியவரின் மடி மீது ரோஜா மலர்களை வைத்தார்.

'அம்மாவும், தங்கையும்' என கூட்டத்திலிருந்தவர்களுக்கு அறிமுகப்படுத்தினார்.

அவர்கள், 'நீங்கள் வந்ததற்கு நன்றி. இதுபோன்ற ஒரு மகனை பெற்றதற்கு நீங்கள் பெருமை கொள்ள வேண்டும்' என ஒரு போல்ஸ்வீக் கூறினார்.

பிரசங்க மேடைக்குப் பதிலாக போடப்பட்டிருந்த சிறு மேஜை முன் நின்றவாறு தம் உரையைத் தொடங்கினார். அதில் தனது தாயையும், தனது அண்ணன் ஜாரை எதிர்த்து மடிந்ததையும், தன்னை அரவணைத்த குடும்பத்தினரையும் பாராட்டியதோடு போல்ஷ்வீக் கட்சியில் தற்போது இப்போது இருக்கும் நிலைமை, சில தவறான போக்குகள் எல்லாவற்றையும் எதிர்த்து போராட வேண்டும் என்று சூளுரைத்தார்.

1905ஆம் ஆண்டு புரட்சி தோல்வி கண்டாலும் மனம் தளராமல் துணிவுடன் போராட முன்னோக்கிச் செல்ல வேண்டும் என்று வலியுறுத்தினார்.

கூட்டம் முடிந்தது. தோழர்கள் அவரைச் சூழ்ந்தனர். கேள்விக் கணைகள் தொடுத்தனர். பதிலளித்தவாறு கூட்டத்திலிருந்து மாளிகை வெளியே வந்தார்.

தாயாரும் தங்கையும் அவருக்காக காத்திருந்தனர்.

'அம்மா! எவ்வளவு சந்தோஷம். உங்களைப் பார்த்ததில்' என்று பரவசத்துடன் கூறினார்.

தாயைச் சந்தித்ததில் பெருமகிழ்ச்சி கொண்ட லெனின் அவருடன் சென்றுளவிய திருக்கூடங்களை, மகிழ்ந்த நாட்களை நினைவில் மூழ்கினார்.

அவரது தாயாரோ, "விளாதிமிர், நான் உன்னுடைய புத்தகங்களை யும், கட்டுரைகளையும் நிறையவே படித்தேன். உன் அறிவையும், குறிக்கோளையும் ரொம்பவே பாராட்டுகிறேன். மக்கள் உன்னிடம் எவ்வளவு பாசம் கொண்டிருக்கிறார்கள் என்று இன்றுதான் கண்டேன்" என்றார்.

தாயாரும், தங்கை மரீயாவும் ஸ்டோக்ஹோமில் லெனினுடனே பத்து நாட்கள் தங்கியிருந்தனர். பத்து நாட்களும் லெனினுக்கு நொடியாய் கடந்தது. அவர்கள் ஸ்டோக்ஹோமிலிருந்து கப்பல் மூலம் புறப்பட்டனர். புறப்படும்போது, அவரது தாயார் அவரை ஆரத் தழுவி கண்ணீர் சிந்தினார். அவர்களுடன் புறப்படத் தூண்டியது மனம். ஆயினும் அங்கு சென்றால் கப்பலில் ஏறினாலும் தாம் கைது செய்யப்படுவோம் என்றுணர்ந்து பின் வாங்கினார்.

கப்பல் சங்கொலி முழங்க நகர்ந்தது. 'போய் வா அம்மா!' என கையசைத்தார்.

அதன் பின் அவர் தன் தாயாரை சந்திக்கவே இல்லை.

❖

10

பள்ளி ஆசிரியர்

சில இடங்களில் நிலச்சேனையுடன் சேனைக்காரர்களும், ராணுவமும் கலகம் தொடங்கி தொழிலாளர் கூட்டமும் சேர்ந்து விடுகின்றனர்.

- மகாகவி பாரதி

ஜுன் 30, 1906

அக்காலத்தில் பிரான்சில் ரஷ்ய தேசத்து மக்கள் வசித்து வந்தார்கள். 1911 ஆம் ஆண்டு நாடு விட்டு நாடு பயணத்தில் லெனினும் குருப்ஸ்காயா தம்பதியினர் பிரான்சின் லோன்மூமோ எனும் கிராமத்தில் வசித்தனர். இக்கிராமம் பிரான்சிலிருந்து 15 கிலோ மீட்டர் தொலைவில் இருந்தது.

1911 களில் அக்கிராமம் செங்கல் படிந்த வீடுகளில் உள்ளும் புறமும் கரி படிந்திருந்தது. இது தொழிற்சாலை புகைகளால் சூழ்ந்திருந்தது. புற்கள், மரங்கள் கூட கரியால் சூழ்ந்திருந்தது. அந்தக் கோடையில் வெக்கையும் மிகுந்திருந்தது.

அன்று ஞாயிற்றுக்கிழமையாதலால் ஒரு தொழிலாளி கைகளை முழங்காலை கட்டி அணைத்தவாறு வேலி ஓரம் அமர்ந்திருந்தான். அவன் முகம் ஒட்டி உலர்ந்து நலிந்து காணப்பட்டது.

குருப்ஸ்காயா அவனை அன்புடன் நோக்கி மெல்லிய புன்னகைப் பூத்தாள். அவன், 'முதலாளியின் மனைவியார்' என்று மரியாதையுடன் விளித்தான்.

உடன் இருந்த லெனின், 'கோடைக் காலத்தை இப்படித்தான் நன்றாக அனுபவிக்கிறார்கள்' என்றார் கிண்டலாக.

அவன் சற்று நேரம் பேசாதிருந்து பின்பு, "பணக்காரர்களையும், ஏழைகளையும் ஆண்டவன் இப்படித்தான் படைத்திருக்கிறான். இதுதான் விதி. உலகைப் படைத்தவன் இறைவன். அதைக் குறை கூற நாம் யார்?"

அவன் இருந்த அண்டை வீட்டுக்காரப் பையன் லெனினிடம், 'ஐயா விடுமுறை நாளில்கூட பள்ளிக்கூடம் சென்று பாடம் நடத்துகிறீர்கள் அப்படித்தானே!' என்றான்.

அந்த கிராம வீதியின் கோடியில் அந்தப் பள்ளிக்கூடம் இருந்தது. அது பார்ப்பதற்கு பள்ளிக்கூடம் போல் இல்லை. அது ஒரு காலத்தில் குதிரை லாயம். குதிரை ஓட்டிகள் இளைப்பாறும் இடம். ஆனால் இப்போது லெனின் வாடகைக்கு எடுத்து சுத்தம் செய்து பலகை களைக் கொண்டு மேஜைகள் தயாரித்து அண்டை அயலாரிட மிருந்து நாற்காலிகள் வாங்கி பள்ளியாக மாற்றினார்.

இதில் ரஷ்ய தோழர்களே பள்ளி மாணவர்கள், ஜாரின் போலீசின் பிடியிலிருந்து தப்பியும், மறைவாகவும் வந்திருக்கிறார்கள். லெனின், குரூப்ஸ்காயா மற்றும் சில தோழர்கள் ஆசிரியர்களாக இருந்தனர்.

லெனின் பாடம் எடுக்க வந்ததும் தோழர்கள் எழுந்து நின்று மரியாதை செலுத்தினர். இதில் வேடிக்கை என்னவென்றால் அனைவரும் வெறுங்காலுடன் காட்சியளித்தனர். காரணம் அந்த கிராமத்தில் வெக்கை பொறுக்க முடியாமல் இருந்ததால் அவர்கள் செருப்பு போட்டுக் கொள்ளவில்லை. ஆயினும் சிறந்த அறிவும், ஆற்றலும் கொண்ட மாணவர்கள் இவர்கள். லெனின் பாடம் நடத்தும் முறை அனைவருக்கும் பிடித்திருந்தது.

'பணக்காரர்களையும், ஏழைகளையும் ஆண்டவன் படைத்திருக் கிறான். ஆகவே இதுதான் விதி' என்ற எதிர்பாரா விதமாக அன்றைய பாடத்தைத் தொடங்கினார் லெனின்.

தோழர்கள் கண்களை விழித்து வியப்புடன் நோக்கினர்.

'இப்படி ஒரு பிரெஞ்சு தொழிலாளி என்னிடம் சொன்னான்' என்று சற்று நிறுத்தி விளக்கினார்.

மாணவர்கள் ஆர்ப்பரித்தார்கள்.

'ஓ... இதுதான் செய்தியா? யாரேனும் ஒரு கோழை தான் இப்படி பிரச்சாரம் செய்திருப்பான்' என்றான் ஒருவன்.

'இந்த பிரெஞ்சுக்காரன் பின்தங்கியவன் லெனின். அவனை இங்கே அழைத்து வாருங்கள், நாம் பாடம் புகட்டுவோம்' என்றான் மற்றொருவன்.

ஒரு மாணவன் எழுந்தான்.

"நானும் ஒரு தொழிலாளிதான். ஆனால் கடவுளின் சட்டங்கள் நமக்கு ஒத்து வராது என்று நினைக்கிறேன். பணக்காரர்களுக்கு கல்தா கொடுத்துவிட்டு புதிய சமுதாயத்தை உருவாக்க வேண்டும்" என்றான்.

'சரியாகச் சொன்னாய்' என்று மற்றவர்களும் அவனைப் பாராட்டினர்.

லெனினுக்கு இந்தப் பேச்சு பிடித்திருந்தது.

'பணக்காரர்களும், ஏழைகளும் இருப்பது அவசியம் இல்லை என்கி றீர்கள், இல்லையா?' என்று கேள்விக்கணைத் தொடுத்தார். தொடர்ந்து அரசியல், பொருளியலை, சமூகம் உற்பத்தியின் வளர்ச்சி பற்றிய அறிவியலை, அரசியல் பொருளியல் என்பது - என்று தொடர்ந்து லெனின் தொழிலாளர்களுக்கு மார்க்சியத்தை போதித் தார்.

"கடவுளே, கருணை காட்டு, இதுதான் நமக்கு விதித்தது என்று புலம்பும் பிரெஞ்சு தோல் தொழிலாளி எங்காவது போராடுவானா? இதுபோன்ற பின்தங்கிய தொழிலாளர் எங்கும் வியாபித்து இருக் கிறார்கள். எதிலும் பின்தங்கி இருப்பது புரட்சி போராட்டத்துக்கு உதவாது. தொழிலாளர்கள் கற்க வேண்டும்" என வலியுறுத்தினார்.

லெனின் அப்பள்ளியை இவர்களுக்காகவே நடத்தினார். நான்கு மாதங்கள் பயின்று அவர்கள் ரஷ்யா சென்று புரட்சி பற்றிய நம்பிக்கையை தொழிலாளி வர்க்கத்துக்கு ஊட்டினார்கள்.

'இப்போது அப்பள்ளி புகழ் பெற்று காட்சிப் பொருளாக விளங்கு கிறது.'

முதல் உலகப்போர்

அப்போது லெனின் தம்பதியினர் ஸ்விட்சர்லாந்தின் தலைநகரான பெர்லினில் இருந்தனர். பரோனின் எனும் இடத்தில் இந்நிகழ்வு நடந்தது. இந்நகரம் ஆஸ்திரியாவின் ஆட்சியில் இருந்தது. முதலாவது உலகம் யுத்தம் தொடங்கியது.

போர் தொடங்கிய ஆரம்ப நாட்களிலேயே ஆஸ்திரிய போலீசார் லெனினை கைது செய்தனர். அவரோ ரஷ்யர். ஓயாமல் ஏதோ எழுதிக் கொண்டிருக்கிறார். ரஷ்யாவுக்கு ஏதோ அனுப்புகிறார். ஆகவே ஒற்றராக இருக்க வேண்டும் என்று கைது செய்தனர். அப்போது அவர் ஒற்றர் தானே?

இதற்கு மரண தண்டனை கிடைக்கும் அபாயம் இருந்தது. குருப்ஸ்காயா மிகுந்த வேதனை கொண்டார். இரண்டு வாரங்கள் லெனின் உயிர் மயிரிழையில் ஊசலாடியது. தோழர்கள் உதவினர்; போராடினர்; பாடுபட்டனர். விளைவு லெனின் சிறை வாசத்தோடு மீண்டார்.

அப்போது அவர்கள் பரோனியிலிருந்து ஸ்விட்சர்லாந்தின் தலைநகர் பெர்ன் வந்தனர். இரண்டாம் உலக யுத்தத்தில் ஸ்விட்சர்லாந்த் போரிடவில்லை. அதனால் வழக்கம்போல் மக்கள் இயங்கினர்.

லெனின் தான் இங்கு இருப்பதாக ஒரு தோழருக்கு செய்தி சொன்னார். அவர் இன்னொருவரிடம் இப்படி ஒரு நாளில் தகவல் பரவியது.

'தோழர்களே, நாளை காலை பெர்ன் காட்டில் கூடுவோம்' என்ற தகவல் பரவியது.

போல்ஸ்வீக்குகள் சரியாக குறித்த நேரத்தில் கூடினர். லெனின் சொல்லப் போவதை ஆர்வமுடன் கவனித்தனர். லெனின் உரையாற்றினார் :

"ரஷ்ய மக்கள் மீதும், உலக மக்கள் மீதும் யுத்தம் என்ற விபத்து ஏற்பட்டிருக்கிறது. யுத்தத்தால் யாருக்கு லாபம்? முதலாளிக்கு மட்டுமே. போரில் கோடி கோடியாக பணம் குவிப்பது முதலாளி களே. மேலும் மேலும் லாபம் பெருகும் நோக்கத்துடன் அவர்கள் புதிய புதிய நாடுகளை கைப்பற்றிக் கொள்ளப் போட்டியிடு கிறார்கள். படை வீரர்களையும், தொழிலாளர்களையும் 'தாய் நாட்டுக்காகப் போரிடுங்கள்' என்று கூறி ஏமாற்றுகிறார்கள். உண்மையில் இது தாய்நாட்டைக் காப்பது அல்ல, முதலாளிகளின் லாபங்களை காப்பதே.

படைவீரர்களுக்கும், தொழிலாளர்களுக்கும், குடியானவர்களுக்கும் நாம் இவ்வாறு எடுத்துக் கூற வேண்டும். உங்கள் கைகளில் ஆயுதங்கள் கிடைத்திருக்கின்றன. எல்லா நாடுகளை சேர்ந்த படை வீரர்களே, பாட்டாளிகளே, ஆயுதங்களை உங்கள் அரசர்களுக்கும், முதலாளிகளுக்கும் எதிராகத் திருப்புங்கள். புரட்சி செய்யுங்கள். நியாயமற்ற போர் ஒழிக! போர் எதிர்ப்புப் போர் நடத்துவோம்!"

போல்ஷ்வீக்குகள் போர் முனையில் படைவீரர்களிடையேயும், தொழிலாளர்களிடையேயும் இரகசியமாக லெனின் கட்டுரைகளை யும், செய்தித்தாள்களையும் மக்களிடையே பரப்பினர்.

மக்கள் அனைவரிடத்தும் புரட்சிக்கனல் பற்றியது. 'இந்த முதலாளி களையும், நிலப்பிரபுக்களையும் சுட்டுத் தீர்த்தால் என்ன?' என்ற எண்ணம் துளிர்த்தது. மாஸ்கோவில், ரஷ்யா முழுமையும் இத்தகைய எழுச்சி நடந்து கொண்டிருப்பதை உணர்ந்து கொண்ட லெனின் தன் தாய் நாட்டுக்குத் திரும்ப எண்ணினார். செயலில் இறங்கினார், உறக்கம் கொள்ளவில்லை.

ஸ்விட்சர்லாந்தில் வசித்த தோழர்களும் தாய்நாடு செல்ல விண்ணப்பித்து தாய்நாடு திருப்பத் துவங்கினர். எவ்வளவோ இடையூறுக்கு இடையே லெனினுக்கும் அனுமதி சீட்டு பெற்றனர். இனி இங்கு இருப்பது தகாது. அங்கு ஒப்படைக்க வேண்டிய காரியங்களை விரைவில் முடித்தார். இரண்டு மணி நேரத்தில்

ஜீரீக்சிலிருந்து பெர்ன் நகர் சென்றார்கள். அங்கிருந்து நாடு கடந்து வந்த முப்பது ரஷ்யர்கள் லெனினுடன் தாய்நாடு திரும்பினர்.

அங்கிருந்து ஸ்வீடன், பின்லாந்து அடுத்து ஜெர்மானியப் பெயர் கொண்ட பீட்டர்ஸ்பர்க், முதலாம் உலக யுத்தத்துக்குப் பின் பொத்ரோகிராத் என்ற பெயர் மாற்றம் அடைந்த நகருக்கு நள்ளிரவு சென்றடைந்தனர்.

எதிர்பாக்காத வகையில் 'மர்சேல்ஸ்' எனும் பேண்ட் வாத்தியக் குழுவினர் புரட்சிக் கீதத்தை வாசித்தபடி வரவேற்றனர். ரயிலடியில் மக்கள் கூட்டம் அலைமோதியது. தொழிலாளர்கள், செங்காவல் படையினர், குரோன்ஷ்தத் கடற்படை வீரர்கள் 'மரியாதை அணி வகுக்க' என்ற முழக்கத்துடன் அசையாமல் நின்று மரியாதை செலுத்தினர்.

லெனின் ரயில்வே மேடைக்கு வந்ததும் 'லெனின் வாழ்க! போர் ஒழிக! புரட்சி ஓங்குக!' என்ற குரல்கள் முழங்கின. ரயில்வே பிளாட்பாரம், வெளியே என மக்கள் கூட்டம் கடலாக திரண்டு லெனின் புகழ் பாடி வரவேற்றனர்.

செய்வதறியாது அரசின் கவச மோட்டார் நின்றது. பீரங்கி படை அசையாதிருந்தது. துப்பாக்கி மெஷின்கன் அமைதிக் காத்தனர். கவச மோட்டார், தொழிலாளிகளுடன் படைவீரர்கள் நட்புடன் லெனின் பக்கம் கைநீட்டி ஆரவாரத்துடன் வரவேற்றனர். லெனினை பேசச் சொல்லி குரல் கொடுத்தனர்.

லெனின் சொன்னார். "தோழர்களே நீங்கள் புரட்சி செய்து ஜாரை அகற்றி விட்டீர்கள். ஆனால் ஆட்சி அதிகாரத்தை முதலாளிகள் கைப்பற்றி இருக்கிறார்கள். அவர்கள் நம்மை ஆள விரும்புகிறார்கள். நமக்கோ உழைப்பாளிகளின் ஆட்சி வேண்டும். எட்டு மணி நேரம் வேலை வேண்டும். நிலம் குடியானவர்களுக்கு உணவு பசித்தவர் களுக்கு, சமாதானம் சக மக்களுக்கு நமக்கு வேண்டியது சோசலிசப் புரட்சி" - என முழங்க அனைவரும் லெனின் நீடூழி வாழ்க! என்று முழங்கியது மக்கள் கூட்டம்.

லெனின் இறுதியில் மக்களோடு மக்களாய் கலந்தார்.

❖

11

அன்னை கல்லறையில்

இதுவரையிலும் ரஷ்ய ராஜாங்கமானது நடைபெற்று வந்த முறைமைகளுக்கு முற்றிலும் வினோதமான சீர்திருத்தங்கள் டுமாக்காரர்களால் ஒன்றன்பின் ஒன்றாக செய்து கொண்டு வரப்படுகின்றன. இதனால் ரஷ்யாவில் கொடுங்கோன்மை கட்சியாருக்கு டுமாவிடம் கோபம் ஏற்பட்டு, டுமாவுக்கே சீக்கிரம் அழிவு ஏற்படும் என்று அறிஞர்கள் நம்புகிறார்கள். டுமாவே கை வைப்பார்களானால் அதுவே ரஷ்ய சக்கரவர்த்தியின் கொடுங்கோன்மையையும் அத்தேசத்து அநாகரிக ராஜாங்க முறைமையும் நாசம் அடைவதற்கு முக்கியமான ஓர் வித்தாகுமெனில் யாதொரு ஆட்சேபமும் இல்லை.

- மகாகவி பாரதி

'இந்தியா' ஜூலை 7, 1906

நடப்பதெல்லாம் கனவா? நனவா? கடந்த நாட்களை நிறைவு கூர்ந்தார். இன்பமும் குதூகலமும் நிறைந்த நாளாய் கழிந்தன.

ரயில் நிலையத்திலிருந்து நர்த்தகி கிஷெஷீன்கயாவின் மாளிகையில் அவர்களை இறக்கினர். இப்போது அது போல்ஸ்வீக் கட்சியின் மத்திய கமிட்டி கூடுகிற இடமாக மாறியிருக்கிறது.

நள்ளிரவும் ஆயிற்று. வீடுகள்தோறும் மின்விளக்குகள் மின்னின. வீதிகளில் மக்கள் கூட்டம் நடமாடின என்பதைவிட நடனமாடிக் கொண்டிருந்தனர். லெனினை ஏற்றிச் சென்ற கவச மோட்டார் மெதுவாகவே சென்றது.

‘லெனின் வருக! வருக!’ என மக்கள் ஆர்ப்பரிப்பு ஓசை எத்திக்கும் எதிரொலித்தது. வழியில் வண்டி நின்றது, வண்டியில் நின்றவாறே சோசலிச புரட்சிப் பற்றியும், மக்கள் புரட்சிப் பற்றியும் அவர் பேசினார்.

ஒருவாறு லெனின் மாளிகையை அடைந்தார். மக்கள் அவரை விடவில்லை. ‘லெனின் வெளியே வரட்டும் அவர் பேசுவார்’ என ஆர்ப்பரித்தனர்.

தலைநகராம் பெத்ரோகிராத்திலிருந்து போல்ஸ்வீக் தோழர்கள் வந்து மாளிகையில் குவிந்தனர். அவர்களும் போகவில்லை. லெனினையும் போக விடவில்லை.

விடியற்காலையிலேயே லெனினும் - குரூப்ஸ்காயாவும் வீடு போய் சேர்ந்தார்கள். அவர்கள் சோர்வடைந்திருந்தாலும் உள்ளம் மகிழ்ச்சியில் திளைத்தது.

வீடு கடலில் மிதக்கும் கப்பலை போலிருந்தது. பெரிய பெரிய அறைகள். நடு கூடத்தில் பெரிய பியானோ. உலியானோவ் குடும்பத்தினர் அனைவருக்கும் பியானோ நன்கு வாசிப்பார்கள்.

பியானோ மேல் ஸ்வர நோட்டுப் புத்தகம் திறந்திருந்தது. அது அவரது அன்னையின் நோட்டுப் புத்தகம்.

லெனின் சைபீரிய சிறைவாசத்திலிருந்து திரும்பி வருவதற்கு முன்பே அவரது தாயும், குரூப்ஸ்காயாவின் தாயும் காலமாகியிருந்தனர். இசைக் குறிப்பு புத்தகத்தை பியானோ மேல் வைத்துவிட்டு அமைதியாக அறை நோக்கித் திரும்பினார்.

அன்னை கடைசியில் வாழ்ந்த வீடு இதுதான். ‘அம்மா உன்னை ஒரு நொடியாவது காண முடியுமா? உனது அன்புக் கரங்களை முத்தமிட முடியுமா?’ என்றெண்ணியவாறு நடை பயின்றார்.

மற்றவர்களும் விழித்தனர். நேற்றைய தினம் போல் இல்லை. ஒருவித மௌனம் நிலவியது.

லிகோவ்விலிருந்து அந்த இடுகாட்டுக்குச் செல்ல வேண்டும். ரஸ்தான்யா வீதி வழிய அனைவரும் நடந்தனர்.

இடுகாட்டில் வெண்பனி சூழ்ந்திருந்தது. அன்னையின் சமாதி மேல் பைன் மரங்கள் விழுந்திருந்தது.

லெனின் மரியாதையாக தொப்பியைக் கழற்றினார். தலை தாழ்ந்து நின்றார். குனிந்த தலை நிமிர சில நிமிடங்கள் ஆயின.

நினைவோடை கடந்த காலத்தை, தாயுடன் மகிழ்ந்த நாட்களை அசை போட்டது. தாய் தன்னை சைபீரிய சிறைவாசத்தில் சந்தித்த நிகழ்வு மனவோடையில் கிளர்ந்து எழுந்தது.

அம்மா! அன்பு அம்மா எங்களின் புத்தொளி வாழ்வினை காணாமல் சென்று விட்டாயே! எவ்வளவு வருத்தம் தரக்கூடிய செய்தி இது. அன்புத்தாயே, உன் அறிவையும் அன்பையும் என்றும் மறவோம்.

அதிகாரம் நம் கையில்

அன்னைக்கு அஞ்சலி செலுத்திய பின் போல்ஸ்வீக்குகளின் கூட்டத்துக்குச் சென்றார். அன்று 1917 ஏப்ரல் மாதம் 4ஆம் தேதி. எனவே லெனின் சொற்பொழிவை 'ஏப்ரல் சொற்பொழிவு' என்று அழைக்கப்பட்டது.

தாய்நாடு திரும்புகையில் ரயிலில் எழுதிய கட்டுரை இது. அதில் ஜாரை அனுப்பிய பின் போல்ஸ்வீக்குகளும், மக்களும் எப்படி நடந்து கொள்ள வேண்டும் என்று தீர்க்கமான செயல்பாட்டினை விவரித்திருந்தார்.

அப்போது தற்காலிக அரசு பொறுப்பேற்றிருந்தது. இதில் உறுப்பினர் யார்? எவர்? நிலப்பிரபுக்களும் முதலாளிகளும்தான். இவர்கள் தொழிலாளர்களையும், விவசாயிகளையும் பற்றி யோசிக்கவே இல்லை. அவர்களின் நோக்கம் அரசின் சொத்தை அபகரிப்பது மட்டுமே.

அப்படியென்றால் போல்ஸ்வீக்குகள் ஏன் இந்த அரசாங்கத்தை ஆதரிக்க வேண்டும்? ஆதரிக்க மாட்டோம்! மக்களையே ஆதரிப்போம். விவசாய, தொழிலாளர் பிரதிநிதிகளே நமது லட்சியம். ஆனால் இதில் போல்ஸ்வீக்குகள், மென்ஸ்வீக்குகள் இவற்றுக்கு இடைப்பட்டு வேறு பலரும் இடம் பெற்றிருந்தனர்.

'மக்கள் சக்தியை வலுப்படுத்த வேண்டும்' என்றார் லெனின்.

இதன் பொருள் என்ன? போல்ஸ்வீக்குகள் மக்களாக, மக்களின் துணையுடன் அரசு ஏற்க வேண்டும் என்பதே இதன் பொருள். பின் மக்கள், தொழிலாளர் சக்தியுடன் இணைந்து நிலப்பிரபுக்களிட மிருந்து நிலத்தையும், முதலாளிகளிடமிருந்து தொழிற்சாலைகளும் எல்லா மக்களின் உடைமை ஆக வேண்டும். அத்தோடு யுத்தத்துக் கான முடிவுரையும் எழுத வேண்டும்.

போல்ஸ்வீக்குகளுக்கு தொழிலாளர்களுக்கும் லெனின் விடுத்த அறைகூவல் இதுதான்.

அவர் இதில் உறுதியாக இருந்தார். அவர் முன்னே இருந்த மாபெரும் குறிக்கோள் இதுதான். அந்தக் குறிக்கோளை அடைய அயராது உழைத்தார்.

மக்களும் இதனை உணர்ந்து கொண்டு போல்ஸ்வீக்குகளின் பின் நின்றனர். எல்லாரும் இதனை ஏற்றுக் கொண்டார்களா? குடி யானவர், தொழிலாளர், மென்ஷுவீக்குகள் தவறான வழியில் அழைத்துச் செல்ல முயன்றனர். செய்தித்தாள்களில் விஷக் கருத்துக்களை பரப்பினர். யுத்தத்துக்கு ஆதாரவாக பிரச்சாரம் செய்தனர்.

மீண்டும் உதயமாக்கிய 'பிராவ்தா' மக்களுக்கு மெய்யாகவே உண்மையை எடுத்துரைத்தது. ஒவ்வொரு நாடும் லெனின் கட்டுரைகள் பிராவ்தாவில் வெளியாகின. பெத்ரோகிராத்திலிருந்த தொழிற்சாலைகளிலும் போல்ஸ்வீக்குகளின் செயல் திட்டத்தை தனது சொற்பொழிவுகள் மூலம் புரிய வைத்தார். தொடர்ந்து மக்களும், தொழிலாளர்களும், விவசாயிகளும் லெனின் பக்கம் திரும்பினர்.

லெனின் ரஷ்யாவுக்கு திரும்பி வந்த மூன்றே மாதத்தில் பெரும் மாற்றங்கள் நிகழ்ந்தன. அவர் தனியாக செயல்படவில்லை. தோழர்கள் பக்கபலமாய் இருந்தனர். அவருக்கு தோள் கொடுத்தனர். ராணுவத்தில் இவர்களுக்கு எதிராகப் போராட விரும்பவில்லை.

தொழிலாளர்கள் முதலாளிகளுக்கு கீழ் வேலை செய்ய மறுத்தனர். விவசாயிகள் தங்களுக்கு நிலம் பகிர்ந்தளிக்க வேண்டினர்.

ஒரு நாள் தன் முனைப்புடன் தொழிலாளர்களும், விவசாயிகளும், படைவீரர்களும் வீதிகளில் ஊர்வலமாய் புறப்பட்டனர். போல்ஸ்வீக்குகள் இது குறித்து எந்த அறிக்கையும் வெளியிட வில்லை. எனினும் அந்த ஊர்வலத்துக்கு தலைமை தாங்கி நடத்தி னார்கள். ஊர்வலமும் அமைதியாக நடந்தது. 'எல்லா அதிகாரமும் சோவியத்துகளுக்கு! முதலாளித்துவ கூலிகள் வீழ்க! உணவு, சமாதானம் சுதந்திரம்!' என்ற கோஷங்களுடன் ஆர்ப்பாட்டக் காரர்கள் ஊர்வலம் சென்றனர்.

அவர்கள் நம்பிக்கையுடன், உறுதியுடன் நடந்தார்கள். மக்களின் வலிமை புலப்பட்டது.

தற்காலிக அரசின் அமைச்சர்கள் ஆட்டம் கண்டார்கள். தங்கள் புரட்சி அரசாங்கம் என்றழைத்துக் கொண்டாலும் 1905ல் ஜார் மன்னன் நடந்து கொண்டதுபோல் ஆயுதமற்ற ஊர்வலத்தின் மீது தங்கள் பலத்தைக் காட்ட துப்பாக்கி பிரயோகம் நடத்த கட்டளை யிட்டனர். இது நடந்தது 1917 ஆம் ஆண்டு ஜூலை மாதம்.

இராணுவ ஜீப் பிராவ்தா அலுவலகம் முன் நின்றது. அதிலிருந்த இராணுவக் கல்லூரி மாணவர்கள் துப்பாக்கிகளுடன் உள்ளே நுழைந்தனர்.

'எங்கே லெனின்?'

அப்போது, சற்று நிமிடங்களுக்கு முன்பு தான் லெனின் வீடு திரும்பி யிருந்தார். குருப்ஸ்காயாவும், லெனின் சகோதரியும் விஷயம் அறிந்து கதவு பக்கம் ஏதேனும் களேபரம் நடக்கிறதா என்று உற்று கவனித்தனர். லெனின் வரவை எதிர்நோக்கி காத்திருந்தனர்.

அழைப்பு மணி குரல் கொடுத்தது. அனைவரும் திடுக்கிட்டனர். திறந்தனர். லெனின் நடந்து வந்து அறைக்குள் விரைந்து சென்று டேபிளிலிருந்த முகவரித் தாள்களையும், அறிக்கைகளையும் கிழித்தெறிந்தார்.

மீண்டும் மணியின் அழைப்பொலி. பிறிதொரு தோழர். நிம்மதி பெருமூச்சு விட்டனர். அவர் ஒரு தோழர். சைபீரிய சிறைவாசத்தில் மூன்று முறை தப்பி பிடிப்பட்டு மீண்டும் ஒருமுறை தப்பித்தவர். அவர் பெயர் ஸ்வெர்திலோவ். புரட்சி அவரை விடுவித்தது. லெனினின் பக்கத் துணையாக விளங்கியவர்.

இராணுவ கல்லூரி மாணவர்கள் 'ப்ராவ்தா' அலுவலகத்தை சூறையாடினர். நகர் முழுவதும் சோதனைகளும், வேட்டையாடல், வேவு பார்த்தல் தொடர்ந்தன. அபாயம் தொடர்வதை கண்டார். தற்காலிக அரசு அவரை ஒழித்து விட முனைந்தது.

நீங்கள் தப்பியுங்கள் என்று எச்சரித்தார் ஸ்வெர்தினெவ். மற்றவர் அடையாள காண முடியாதபடி காலரை தூக்கி விட்டு முகத்தை மறைத்துச் செல்லுங்கள் என்றார்.

அவ்வாறே மனைவி, சகோதரிகளுடன் விடைபெற்று புறப்பட்டார்.

❖

12
காட்டின் குடிசையில்

ரஷ்ய ஜனங்களாகிய ஆடுகள் மீது அரசேற்றும் கடுவாய் அரசனும் அவனது ஓநாய் மந்திரிகளும் நெடுங்காலமாய் தரித்திருக்க மாட்டார்கள். இவர்களின் இறுதிக் காலம் வெகு சமீபமாக நெருங்கி விட்டதென்பதற்கு தெளிவான பல சின்னங்கள் புலப்படுகின்றன. நீதி ஸ்வரூபியாகிய சர்வேசனது உலகத்திலே அநீதியும், ரஷ்ய ஓநாய்த் தன்மைகளும் நிலைக்க மாட்டா.

- பாரதி
இந்தியா, 1906 ஜூலை 28

சோவியத் மக்கள் போல்ஸ்வீக் கட்சி லெனினை பத்திரமாக கொண்டு சேர்க்கும், பாதுகாக்கும் பொறுப்பை யெமெல்யானவ் வசம் ஒப்படைக்கப்பட்டது.

ஆட்சியாளர்கள் லெனினை தேடுவதாக அனைத்து பத்திரிகை களிலும் வெளியாகி இருந்தது.

யார் கண்ணிலும் படாமல் லெனினை அழைத்துச் செல்ல வேண்டும் என்ற முடிவுடன் யெமெல்யானவ் ரஸ்லீன் ஏரியின் மறு கரையி லிருந்து ஏழு கிலோமீட்டர் தொலைவில் உள்ள காட்டுக்குள் சேர்க்க

முனைந்தார். அதனால் யார் கண்ணிலும் படாமல் எச்சரிக்கையுடன் செயல்பட்டார்.

லெனின் ஏரிக்கரை வந்தடைந்தார். ஒரு பாறை மீது அமர்ந்த வாறு கடந்த நாட்களை எண்ணியவாறு ஒவ்வொரு நண்பர்களும், தோழர்களும் அவரைப் போற்றி வளர்த்ததை நினைவில் மூழ்கிய வாறு அமைதியாக இருந்தார். திடீரென 'நன்றி யெமெல்யானவ்' என்றார்.

'இதில் நன்றி என்ன இருக்கிறது? இது எனது பொறுப்பு' என்றார்.

கரையை ஒட்டினாற்போல் இருந்தது காடு. அதனை காடு என்றும் சொல்ல முடியாது. அடர்த்தியான மரங்கள் சூழ்ந்த சோலை என்றே சொல்லத்தகும்.

படகிலிருந்து இருவரும் பொருட்களை கரையில் இறக்கினர். உணவுப் பொருட்கள், போர்வை, தலையணை சகிதம் சுமந்தவாறு இருவரும் ஒரு கிலோ மீட்டர் நடந்தனர். லெனின் ஒரு காகிதக் கட்டை அக்குலில் இடுக்கிக் கொண்டே நடந்தார்.

யெமெல்யானவ் எங்கு அழைத்துச் செல்கிறார். சிறிது தூரத்தில் ஒரு திறந்தவெளி. அதில் மரக்கிளைகளாலான ஒரு குடிசை. குடிசைக் கருகே சில கம்புகள் நடப்பட்டிருந்தன. அதில் ஒரு கொதிகலன் குடுவை தொங்கவிடப்பட்டிருந்தது. அருகில் ஒரு அடுப்பு.

"ஆகா ஆடம்பரமான குடில். யெமெல்யானவ் இதைவிட மேலானதை கற்பனைக் கூட செய்ய முடியவில்லை" என பாராட்டினார் லெனின்.

'இங்கே பார்த்தீர்களா?' என்றார் யெமெல்யானவ். அங்கே குடிசை யின் மேல் ஒரு அரிவாள் சொருகப்பட்டிருந்தது.

"லெனின், நான் உங்களை புல்லறுக்கும் கூலி வேலைக்கு அமர்த்தி யுள்ளேன். இந்த திறந்தவெளியை நான் குத்தகை எடுத்திருக்கிறேன். நான்தான் உங்கள் முதலாளி. காட்டுப் பழங்கள், காளான்கள் சேகரிக்க யாராவது வந்தால் வாயை திறக்கக் கூடாது. நான் உங்களை பின்லாந்திலிருந்து கூலிக்கு அமர்த்தியிருக்கிறேன்.

அவர்களுக்கு ரஷ்ய மொழி சுட்டுப் போட்டாலும் வராது!" என லெனினை உச்சந்தலையில் இருந்து உள்ளங்கால்கள் வரை உற்றுப் பார்த்தார். லெனின் தாடி மீசையை எடுத்திருந்தார். உண்மையில் ஒரு தொழிலாளியாகவே காட்சி அளித்தார்.

'அசல் பின்லாந்து தொழிலாளி மாதிரியே இருக்கிறீர்கள்! உணவு உங்களைத் தேடி வரும்' என்றார் யெமெல்யானவ்.

'நாளிதழ்கள் அவசியம் வேண்டும். சரி, இந்த புல்லறுப்பவனுக்கு எழுத எங்காவது இடம் உண்டா?' லெனின்.

'இங்கே பாருங்கள்!' என்று ஓரிடத்தைக் காட்டினார்.

அங்கு உருளையான பருமனான இரண்டு கட்டைகள். ஒன்று உயர மானது, மற்றொன்று சிறியது. 'குட்டையானது மேஜை, உயரமானது இருக்கை' என்றார்.

குடிசையில் லெனினுக்கான வசதிகளை செய்து விட்டு புறப்பட்டார் யெமெல்யானவ். லெனின் அடுத்த புரட்சிப் போராட்டத்துக்கான நூலினை எழுத ஆயத்தமானார்.

●

லெனினை தலைமறைவாக வைத்தது சௌகரியமாயிற்று. மறுநாளே தற்காலிக அரசன் காவலர்கள் வீட்டை சோதனையிட வந்து விட்டார்கள். லெனின் எங்கே அகப்படுவது?

லெனின் காட்டில் அமைந்த குடிசை சௌகரியமானதுதான். ஆனால் கொசு தொல்லை. 'அரசாங்கத்திடமிருந்து தப்பித்தேன். இந்த கொசு விடமிருந்து தப்ப முடியவில்லை' என்றார்.

இத்தனை இடையூறுகளுக்கிடையிலும் லெனின் சோவியத் புரட்சிக் கான பணிகளைத் தொடர்ந்தார். தோழர்களை சந்தித்தார். அடுத்த வேலைக்கான திட்டங்களை தோழர்கள் மூலம் செயல்படுத்தினார். பிராவ்தா பத்திரிக்கைக்கு கட்டுரைகள் எழுதினார்.

அதில் "ஆயுதம் தாங்கிய புரட்சிக்கு தயாராக வேண்டும். தொழி லாளிகளும், விவசாயிகளும் ஆட்சியைக் கைப்பற்ற வேண்டும்.

இந்தப் போராட்டத்திற்கு செங்கொடி ஏந்தி பயணிப்போம்" என்று கட்டுரையில் எழுச்சி பெறச் செய்தார்.

பூர்ஷுவா அரசு லெனினைக் கண்டு மிரண்டது. அவரைப் பிடிக்க நூற்றுக்கணக்கான உளவாளிகளை அனுப்பியது. இருக்கும் இடத்தை உளவாளிகள் கண்டு கொண்டனர். மழைக்காலம் வேறு தொடங்கி விட்டது. லெனினை வேறு இடத்திற்கு மாற்ற முனைந்தனர் தோழர்கள்.

தோழர் யெமெல்யானவ் ஒரு தொழிற்சாலைக்குச் சென்று எல்லைக் கடந்து செல்வதற்கு அனுமதி வழங்கும் பகுதியிலிருந்து கீழே இரைந்து கிடத்த அனுமதிச்சீட்டு ஒன்றை எடுத்துக்கொண்டு திரும்பினார்.

இப்போது லெனின் 'இவானோவ்' என்ற பெயருக்குரியவர். ஆனால் முழுக்க தோற்றத்தை மாற்றிக் கொண்டார். அவரது தோழியும் மனைவியுமான குரூப்ஸ்காயா கூட அவரை அடையாளம் காண முடியாது. குடிசையிலிருந்து வெளியேறினர்.

பின்லாந்து தோழர்கள் லெனினை வழிநடத்திச் சென்றனர். குறுகிய ஒற்றையடி பாதை, குளிர் காலம் வேறு, தூரத்தில் புகை கிளம்பியது. காட்டுத்தீயா? என அஞ்சினர். மூச்சு விடுவதே கடினமாயிற்று. கண்ணையும் மறைத்தது.

'சதுப்பு நிலத்தில் அணையா நிலக்கரி எரிகிறது! திரும்புவோம்' என்றார் யெமெல்யானவ்.

'லெனின் தோழரே என் பின்னால் வாருங்கள்' என பத்திரமாக அவரை அழைத்துச் சென்றார்.

மூச்சு முட்டியது. புகை கண்ணை மறைத்தது. தட்டுத் தடுமாறி விழுந்து எழுந்து நடந்தார்கள். இறுதியில் புகைமூட்டம் தணிந்தது. முற்றாக சதுப்பு நிலக்கரி புகையிலிருந்து தப்பி வெளியேறினர். களைத்து சோர்ந்து போயினர். கால்கள் நடுக்கமெடுத்தது.

ஒருவாறு ரயில் நிலையம் வந்தடைந்தனர். அங்கிருந்து பின்லாந்து செல்ல திட்டமிட்டனர்.

வண்டி இன்னும் புறப்படவில்லை. ரயில் எஞ்சின் அருகே இருவர் நின்று புகைபிடித்துக் கொண்டிருந்தனர். சற்று நேரத்தில் எஞ்சின் வாசல் கைப்பிடியை கொண்டு ஏற முயன்றனர்.

லெனின் அவனிடம், 'என் பெயர் இவனோவ். உங்கள் ரயில் எஞ்சினில் கரித் தள்ள வந்திருக்கிறேன்' என்றார்.

'வணக்கம், வாருங்கள்' என்று ரயில் எஞ்சினுக்குள் லெனினை ஏற்றினார்.

'இவனோவ்' கோட்டை கழற்றி எஞ்சினில் ஒரு பக்கம் மாட்டி விட்டு கட்டைகளை அடுப்பில் அடுக்கி கரி தள்ளுபவனுக்கு உரிய வேலையை தொடங்கினார்.

ரயில் சங்கொலியுடன் நகர்ந்தது. காடு, மரங்களைக் கடந்தது. ஒரு நிறுத்தத்தில் நின்றது. ஓரிருவர் திடுதிடுவென்று ஏறி பயணிகளின் டிக்கட்டுகளைப் பரிசோதித்தனர். மீண்டும் விசில் ஒலித்தது. இருட்டில் கார்டு பச்சை விளக்கைக் காட்டி ரயில் மீண்டும் பயணப்பட்டது.

அடுத்த நிறுத்தம் வண்டியின் எஞ்சின் மாற்றப்பட்டது. எஞ்சினில் தண்ணீர் நிரப்பப்பட்டது.

வண்டியில் ஒவ்வொரு பெட்டியாக காவலர்கள் சோதனை இட்டனர். ஒரே களேபரம். யாரையோ தேடினார்கள்.

எஞ்சின் டிரைவர் மீண்டும் எஞ்சினை ரயில் பெட்டியுடன் இணைத்தார். மீண்டும் விசில் சத்தம்; எஞ்சின் சங்கொலி; வண்டி புறப்பட்டது.

'ஏமாந்தீர்களா!' - என சக தோழர் குரல் கொடுத்தார்.

இரவு கடந்து விடியற்காலையில் ரயில் பின்லாந்து வந்தடைந்தது. தோழர்களும் லெனினுடன் வந்தடைந்தார்கள்.

❖

13

அரசும் புரட்சியும்

*ரா*ஜாங்க புரட்சி கட்சியாருக்கு நாள்தோறும் பலம் அதிகரித்து கொண்டு வருகிறது.

ரஷ்ய ராஜ விரோதிகள் துணிவு மிகுந்தவர்களாகி வெட்டவெளியாக கலகங்கள் செய்யத் தொடங்கி விட்டார்கள். இதுவரை பெரும் கலகங்களும், சிறு குழப்பங்களுமாய் எத்தனையோ நடந்தன. அதிலெல்லாம் ராஜாங்கத்தாரே வெற்றியடைந்து வந்திருக்கிறார்கள். ஆனால் ஒவ்வொரு தடவைக்கப்பாலும் ராஜ விரோதிகளுக்கு வல்லமை உண்டாகி வருகிறது.

இப்பொழுது மறுபடியும் பெரும் கலகம் தொடங்கி விட்டது. ரஷ்ய சக்ரவர்த்தியின் சிங்காதனம் இதுவரை எந்தக் காலத்திலும் ஆடாதவாறு அத்தனை பலமாக இருக்க, இப்போது ஆடத் தொடங்கி விட்டது.

பிரதம மந்திரியின் வீட்டின் விருந்தின் போது வெடிகுண்டு எறியப்பட்டதும், சைன்ய தலைவர்கள் கொலையுண்டதும், ராஜ விரோதிகள் பகிரங்கமாக விளம்பரங்கள் பிரசுரிப்பதும், எங்கே பார்த்தாலும் தொழில்கள் நிறுத்தப் படுவதும், துருப்புக்களிலே ராஜாங்கத்தாருக்கு விரோதமாக கலகங்கள் எழுப்புவதும், நாள்தோறும் ஆயிரக்கணக்கான உயிர்கள் மாய்வதும் ஆகிய கொடூர விஷயங்களைப் பற்றி தந்திகள் வந்த வண்ணமாய் இருக்கின்றன...

சுயாதீனத்தின் பொருட்டும், கொடுங்கோன்மை நாசத்தின் பொருட்டும், நமது ரஷ்யத் தோழர்கள் செய்து வரும் உத்தமமான முயற்சிகள் மீது ஈசன் பேரருள் செலுத்துவாராக!

- பாரதி, 'இந்தியா'

செப்டம்பர் 22, 1906

அக்காலத்தில் பின்லாந்து சோவியத் வசமே இருந்தது. லெனின் தப்பியது குறித்து பின்லாந்து அரசிடமும், உயர் அலுவலர்களிடமும் செய்தி பரவியது. லெனின் அகப்பட்டால் உரிய நடவடிக்கை எடுத்து ரஷ்ய அரசிடம் ஒப்படைக்கும் என்றனர். மேலும் அவர் அகப்பட்டால் பரிசும் வழங்கப்படும் என்று அரசு அதிகாரிகளிடம் தெரிவிக்கப்பட்டிருந்தது.

பின்லாந்து ஹாக்னெஸ் நகரத்தின் ஒரு வீட்டின் ஐந்தாவது மாடியில் அமர்ந்து 'அரசும் புரட்சியும்' என்ற நூலினை எழுதிக் கொண்டிருந் தார் லெனின்.

அவருக்கு ரகசிய கடிதங்கள் வந்து கொண்டிருந்தன. அதுவும் 'பின்வாசல்' வழியாகத்தான்.

கடிதத்தில் வந்த ஒன்றை பிரித்துப் படித்தார். மற்றொன்றை படிக்க எடுத்து விளக்கினை ஏற்றி அதன் வெளிச்சத்தில் படித்தார். அது மெழுகினால் எழுதப்பட்டிருந்தது. படித்து முடித்ததும் வியப் பினால், 'அற்புதமான செய்தி' என்றார்.

"சோவியத்தின் போல்ஷ்வீக்குகளின் செல்வாக்கு அதிகரித்து வருகிறது. பூர்ஷுவா ஆட்சி மீது மக்கள் நம்பிக்கை இழந்து விட்டார்கள். நம் மீது மக்கள் நம்பிக்கை அதிகரித்துக் காணப்படு கிறது" - இவ்வாறு அதில் எழுதப்பட்டிருந்தது.

ஒருபுறம் பின்லாந்தில் லெனினைப் பிடிக்க நியமித்த அதிகாரி லெனினுக்கு காவலராய் இருந்தார். காரணம் அவர் பாட்டாளி வர்க்கத்திலிருந்து வளர்ந்து புரட்சி இயக்கத்தில் பங்கு கொண்டவர். ஜார் ஆட்சி வீழ்ந்த பின் தொழிலாளர்கள் அவரை தலைமை அதிகாரியாக நியமித்தனர்.

பெத்ரோ கிராதத்திலிருந்து வந்த செய்தி லெனினை உற்சாகப் படுத்தியது. விரைவில் ரஷ்யா செல்ல தீர்மானித்தார். தொழி லாளர்கள், விவசாயிகள் ஆட்சியை கவிழ்த்து விடுவார்கள் என்று இரகசியமாய் பெத்ரோகிரத்துக்கு தகவல் அனுப்பினார்.

பின்லாந்தில் லெனின் பல்வேறு வேடங்கள் தரித்தார். பாதிரியா ராக, நாடகக் குழு கலைஞராக என வேடமிட்டு பின்லாந்தில் சுதந்திரமாக உலாவினார்.

அவரது ஒப்பனைக் கலைஞர் அவரைப் பார்த்து, 'நீங்கள் நன்றாகவே இளைஞர் ஆகி விட்டீர்கள்' என்றார்.

லெனின் அதற்கு, 'அறுபது வயதுக்காரனாக என்னை மாற்றுங்கள்' என்றார்.

அதற்கு அவர், 'நான் எப்போதும் இளமை மாறாத மனிதனை கிழவனாக்க விரும்பவில்லை' என மறுத்தார்.

'என் பொருட்டு அப்படி என்னை மாற்றுங்கள்' என லெனின் சொல்ல அதற்கு இணங்கினார்.

எத்தனைக் காலம் தான் இப்படி?

●

லெனினை ரஸ்வீல் காடுகளிலிருந்து தப்பித்துக் கொண்டு வந்த தோழர்களில் ஒருவர் எய்னோ, போல்ஷ்வீக் கட்சியின் மத்திய கமிட்டி லெனினின் செய்தித் தொடர்பாளராக நியமித்திருந்தது.

எய்னோ இப்போது லெனினை பெத்ரோகிராத்துக்க அழைத்துப் போவதற்காக வீபர்க் வந்தார். லெனினும் ரஷ்யா செல்ல ஆர்வம் கொண்டிருந்தார். இப்போது அந்த நாள் வந்தது.

ரயிலில் பின்லாந்து வரை தோழர்களுடன் பயணம் செய்தார். ரயில் பெட்டியில் இருந்தோர் பெரும்பாலோர் பின்லாந்த்காரர்கள். லெனினுக்கு ஃபின்னிய மொழி தெரியாததால் அமைதியாக பயணம் செய்தார்.

தன் கோட்டுப் பையை அடிக்கடி தடவிப் பார்த்துக் கொண்டார். பெத்ரோகிரடில் அவருக்காக ஒதுக்கப்பட்டிருந்த அறையின் சாவி அது. ரயில் நிலையத்தில் வண்டி நின்றது. எய்னோ சட்டென்று ரெயில் நிலையத்தின் பிளாட்பாரத்தில் இறங்கினார். லெனினும் உடன் இறங்கினார்.

குருப்ஸ்காயா அவருக்காக காத்திருந்தார். லெனின் அவருடைய கையைப் பற்றியபடி நடந்தார். குருப்ஸ்காயா லெனினின் வசதி களை அறிந்து சலியாது உழைத்துக் கொண்டிருந்தார்.

அவர்கள் சிறிது தூரம் நடந்து அந்த வீட்டில் வாசலை அடைந்தனர். குருப்ஸ்காயாவுக்கு முன்னே விறுவிறுவென்று படிக்கட்டில் ஏறி நான்காவது மாடியை அடைந்தார். கதவை சாவியால் திறந்து அறைக்குள் நுழைந்தார். அங்கே குருப்ஸ்காயாவின் தோழி நான்காவது அறையில் லெனின் கதவைத் திறக்க வெளிச்சம் தெரிந்தது. விளக்குகள் பிரகாசித்தன. அங்கே மேஜையைச் சுற்றி சில பெண்கள் அமர்ந்திருந்தனர். அவர்கள் பள்ளி ஆசிரியர்கள்.

தலைமறைவாக வசித்து வந்த அந்தப் பெண்கள் அவரைக் கண்டுக் கொள்ளவில்லை. கிழத் தோற்றத்தில் இருந்த அறையின் மறுகோடிக்குச் சென்றார். லெனின் தங்க வேண்டிய அறைக்குள் சென்று தாழிட்டுக் கொண்டார். குருப்ஸ்காயா, 'என்ன முட்டாள்தனம் செய்து விட்டோம்' என்று அங்கலாய்த்தார்.

'ஆமாம்' என்றார் லெனின்.

'அதற்கென்ன பரவாயில்லை' என்ற குருப்ஸ்காயாவிடம் லெனின், 'இதுதான் இறுதி தலைமறைவு வாழ்கையாக இருக்கும்' என்றார்.

பின்லாந்திலிருந்து திரும்பி வந்த லெனின் எங்கே இருக்கிறார் என்பது யாருக்குமே தெரியாது. அந்த அளவு அபாயம் அவரை சூழ்ந்திருந்தது.

புரட்சியை நோக்கி

சில நாட்களுக்குப் பிறகு எய்னோ லெனினை ரகசிய கூட்டத்துக்கு அழைத்துச் செல்ல வந்திருந்தார். இரவின் இருள் சூழ

ஆரம்பித்திருந்தது. ஒரு ரொட்டிக் கடையை நெருங்கினர்.

ஜன்னல்கள் மூடப்பட்டிருந்தன. ரொட்டிக் கடையின் வாயிலில் நீண்ட வரிசையில் ஆண்களும், பெண்களும் நின்றிருந்தனர். ரொட்டி கடையில் அரை கிலோ ரொட்டி மட்டுமே விநியோகிக்கப் பட்டது. என்ன விலை கொடுத்தாயினும் ரொட்டியை வாங்க முயன்றனர்.

இது ஒருபுறம் இருக்க ஜெர்மானியருடனான முதல் உலக யுத்தம் நீடித்துக் கொண்டிருந்தது. போர் முனையில் ஆண்களும், அவர் களின் புதல்வர்களும் மடிந்தவண்ணம் இருந்தனர்.

“ஊருக்கு உள்ளேயும் ஒன்றும் சரியாய் இல்லை. முதலாளிகள் தொழிற்சாலைகளை மூடுகிறார்கள். தொழிற்சாலைகளின் வேலை இல்லை. வேலையில்லா திண்டாட்டம்” என்றார் எய்னோ.

நாட்டில் மௌடீகமான சூழல் நிலவியது. ரயில்கள் எப்படியோ சென்று கொண்டிருந்தன. அட்டவணைகள் மீறப்பட்டன. ரயில்கள் தொழிற்சாலைகளுக்கு நிலக்கரி, தேவையான பொருட்கள் செல்ல முடியவில்லை. நகரங்களுக்கு ரொட்டி எடுத்துச் செல்வது சிரமமாகி விட்டது.

லெனின், ‘போல்ஷ்வீக்குகள் இதனை அறிந்து காத்திருக்க வேண்டாம். தொழிலாளர்கள் புரட்சி நடத்த வேண்டும்’ என்றார்.

லெனின் இதனை பிப்ரவரி புரட்சியின் தொடக்கத்திலிருந் கூறி வந்தார். அப்படி நடந்தால்தான் தொழிலாளர் சமாதான முறையில் ஆட்சி கைப்பற்ற முடியும். ஆனால் மென்ஷ¯வீக்குகள் இதற்கு தடைக்கல்லாய் நின்றனர்.

ஆயினும் இப்போது நிலைமை மாறி விட்டது. ஆயுதம் தாங்கி புரட்சியை நடத்தி அதிகாரத்தை கைப்பற்ற வேண்டும். அதற்கான நேரமிது. தாமதம் செய்யக் கூடாது!

அக்டோபர் மாத இறுதியில் இரவில் நடந்த கட்சியின் மத்திய கமிட்டி உறுப்பினர்கள் வந்திருந்தார்கள். லெனின் வருவார் என்று எதிர்நோக்கி இருந்தனர்.

லெனினோ மாறுவேடத்தில் அடையாளம் காண முடியாதபடி மாறியிருந்தார். அவரது குரலும், கருத்தும் அறைகூவலும் லெனினை அடையாளம் காட்டியது.

ஆயுதப் புரட்சிக்கு வழி காண வேண்டும். படைவீரர்களை தொழிலாளர் தரப்புக்கு வரும்படி செய்ய வேண்டும். பல்வேறு இடங்களிலிருந்தும், பிற நகரங்களிலும் போல்ஷ்வீக்குகளை அனுப்ப வேண்டும். தொழிற்சாலைகளின் தொழிலாளர்களும், செங்காவல் படையினரும் ஆயுதங்களுடன் வலுப்படுத்த வேண்டும். படைப்பிரிவுகளுக்கு தேர்ந்த தலைவர்களை நியமிக்க வேண்டும். செங்காவல் படைகள் எங்கே போகிறோம் என்பதை திட்டமிட வேண்டும். போராட்டம் தொடங்குவதற்கான நேரம் திட்டமிட்டபடி தீர்மானிக்கப்பட வேண்டும்.

புரட்சியை இராணுவ புரட்சிக் கமிட்டி தலைமையில் நடத்த வேண்டும்.

இதுதான் லெனின் வகுத்த திட்டம். மத்திய கமிட்டி இதனை விவாதித்தது. எல்லாம் சரியாக திட்டமிட்டபடி நடந்தேறியது.

ஆனால் மத்தியில் கமிட்டியில் உள்ள இருவர் பாட்டாளி வர்க்கத்தின் மக்களின் எழுச்சியை வன்மத்துடன் எதிர்த்தார்கள். லெனினுடைய கட்சியினுடைய மாபெரும் திட்டத்துக்கு எதிரான இவர்கள் இருவர் ஸினோவியெவ், காமினெவ் ஆகியோர் ஆவர்.

இவர்கள் இருவரும் வாதிடுவதில், சிறந்த பேச்சு வண்மையில் வல்லவர்கள். ஆனால் எழுச்சி நடத்தும் கூட்டம் வந்ததும் கிலி அடைந்தனர்.

'தொழிலாளி வர்க்கம் அரசை நிர்வகிக்க முடியுமா?' என்ற நம்பிக்கையை இழந்தார்கள்.

புரட்சியின் வீரியத்தை எதிர்த்ததோடு போல்ஸ்வீக்குகள் எழுச்சிக்கு தயாராகி விட்டார்கள் என மென்ஷுவீக் செய்தித்தாளில் விவரித்தார்கள்.

எங்கே? எப்படி? எப்போது? என்ற எல்லா விவரங்களையும்

அம்பலப்படுத்தி விட்டார்கள். நாங்கள் இத்தகைய எழுச்சிக்கு எதிரானவர்கள் என்றும் எழுதினார்கள்.

லெனினோ கொதிப்படைந்தார். 'இவர்கள் இருவரையும் தோழர்களாக மதிக்க மாட்டேன். இது பச்சை துரோகம்' என்று எழுதினார்.

ஆயினும் லெனின் தயங்கவில்லை. எழுச்சிக்கான திட்டங்களை தீட்டி மத்திய கமிட்டி எழுச்சிக்கு ஆயத்தம் செய்வதில் முனைப்புக் காட்டினார்.

மீண்டும் மாறுவேடத்தில்

1917 ஆம் ஆண்டு ஜார் ஆட்சியிலிருந்து வீழ்த்தப்பட்ட பின் மாணவிகள் வீடுகளுக்கு திரும்பினார்கள். தொழிலாளர்கள், படை வீரர் பிரதிநிதிகள் பெத்ரோகிரத் அலுவலகத்தை திறந்தனர். இராணுவப் புரட்சிக் கமிட்டி எல்லா தொழிற்சாலைகளுடன் தொடர்பு கொண்டனர். தொழிற்சாலைகளில் செங்காவல் படைப் பிரிவுகள் அமைக்கப்பட்டன. புரட்சி, எழுச்சி தொடங்குவதற்கான உத்தரவை எதிர்நோக்கி காத்திருந்தனர்.

பூர்ஷ்வா அரசாங்கத்திற்கும், அதற்கு விசுவாசம் உள்ள அதிகாரி களுக்கும் எதிராக பால்டிக் கடற்படை வீரர்கள் தூண்டுவதற்கு போல்ஸ்வீக் தோழர்களை இராணுவ புரட்சிக் கமிட்டி அமைத் திருந்தது. கடற்படையினர் போராட தயாராய் இருந்தனர். தரைப்படை வீரர்கள் முழுவதும் போல்ஸ்வீக்குகள் இராணுவ புரட்சிக் கமிட்டியின் பக்கம் திரும்பி விட்டார்கள்.

தற்காலிக அரசு என்ன செய்வது என்று விழித்தது.

"தொழிலாளர்கள் ஆயுதங்களை ஒப்படைக்க வேண்டும். கமிட்டி உறுப்பினர்கள் கைது செய்யப்பட வேண்டும். லெனின் கைது செய்து சிறையில் அடைக்க வேண்டும்" என்று அவசர உத்தரவிட்டது தற்காலிக அரசாங்கம். இதற்கு காரியத்தில் இறங்கி எல்லா வகை யிலும் பலத்தை திரட்டியது. தன் படை வீரர்களை பெத்ரோ கிராடில் நகரத்தை சுற்றி நிலை நிறுத்தியது.

'எழுச்சியை இனியும் காலதாமதிப்பது சரியானது அல்ல. நேரம் நெருங்கி விட்டது' என்று லெனின் மத்திய கமிட்டித் தோழர்களுக்கு எழுதினார்.

அக்டோபர் 24ஆம் தேதி மத்திய கமிட்டிக்கு லெனின் மீண்டும் குறிப்பு எழுதினார். லெனின் மறைவிடத்திலிருந்து வெளியே வர மத்திய கமிட்டி அனுமதிக்கவில்லை. அவரைக் கண்டால் சுடும்படி உத்தரவு.

லெனினின் தலைமையில் மத்திய கமிட்டி போராட்டத்துக்கான முன்னேற்பாடுகளை ஒரு பக்கம் செய்து கொண்டிருந்தது. எழுச்சிக்கான நாள் தீர்மானிக்கப்படவில்லை.

அக்டோபர் 25ஆம் நாள் சோவியத்துகளின் 2வது காங்கிரஸ் ஸ்மோல்னீயில் தொடங்கியது. எல்லா நகரங்களிலிருந்து பிரதி நிதிகள் தோழர்கள் குவிந்தனர்.

காங்கிரஸ் தொடங்குவதற்கு முன் இன்றே புரட்சி தொடங்குவது முக்கியம். தற்காலிக அரசை கவிழ்த்து விட்டு ஆட்சி அதிகாரத்தை கைப்பற்றி விட வேண்டும் என்று நினைத்தார் லெனின். ஆனால் நேரம் கடந்து சென்றது. மத்திய கமிட்டிக்கு இன்னும் ஒரு கடிதம் எழுதினார்.

"தோழர்களே! நிலைமை இதற்கு மேல் நீடிக்கக் கூடாது. இனிமேல் புரட்சி எழுச்சிக்கு தாமதிப்பது சாவுக்கு சமம். இன்றே செயல்பட வேண்டும். தற்காலிக அரசை கவிழ்க்க வேண்டும். ஆட்சியைக் கைப்பற்ற வேண்டும். இன்று நாம் உறுதியான நடவடிக்கை எடுக்கா விட்டால் வரலாறு நம்மை மன்னிக்காது. நாளை நேரம் கடந்து போய் விடும். இன்று கடைசி நாள் முடிவானது" என்று எழுதினார் லெனின்.

'சீக்கிரமாய் கடிதத்தை கொண்டு போய் சேருங்கள்' என்று அவசரப்படுத்தினார் லெனின். லெனின் தனிமையானார். மனது படபடத்தது. உட்கார்ந்தபடி எதையோ உற்று நோக்கினார்.

வெளிக்கதவு மணி அடித்தது. எய்னோ உள்ளே வந்தார்.

'நகரத்தில் என்ன நடக்கிறது தெரியுமா லெனின்?' என்றார்.

நகரத்தில் மழை தூறிக் கொண்டிருந்தது. ஆயினும் மக்கள் கும்பல் கும்பலாய் குழுமியிருந்தனர். ஆயுதமேந்திய தொழிலாளர்கள் லாரிகளில் வீதியில் சென்றனர். எங்கோ துப்பாக்கி குண்டின் வெடிச் சத்தம் கேட்டது. மெஷின்கன் படபட வெடிக்கும் சத்தம் கேட்டது. எங்கும் கலவரம், நிசப்தம்.

பாலங்களில் குண்டு வெடிப்பில் எரிந்து கொண்டிருந்தன. செங்காவற்படையினர் அவற்றை காவல் காத்தனர். நெவா ஆற்றின் மேல் இருந்த இணைப் பாலத்தைப் பிரித்து உயர்த்தி விடும்படி தற்காலிக அரசாங்கம் உத்தரவு பிறப்பித்திருந்தது.

ராணுவ கல்லூரி மாணவர்கள் குதிரைகளின் மேல் சவாரி செய்தவாறு வழிப்போக்கர்களை கலையச் செய்தனர். ஆனால் அதற்கும் இராணுவ மாணவர்களை செங்காவல் படையினர் பாலங்களின் அருகிலேயே விரட்டி அடித்தனர். நகரின் எல்லாப் பகுதிகளும் ஒன்றிலிருந்து ஒன்று துண்டிக்கப்பட்டிருந்தது. இராணுவத்தினரை செங்காவல் படையினர் துரத்தி அடித்தனர்.

இச்செய்திகளை எய்னோ லெனிடம் தெரிவித்தார். லெனின் எல்லாவற்றையும் கேட்டு விட்டு திடுப்பென எழுந்து கோட்டை மாட்டிக் கொண்டு தயாரானார். மத்தியக் கமிட்டி லெனினை காக்கும் பொறுப்பு எய்னோவிடம் ஒப்படைக்கப்பட்டிருந்தது.

எய்னோ லெனினை எச்சரித்தார். ‘இராணுவ வீரர்கள் உங்களை கொன்று விடுவார்கள்’ என்றார்.

லெனின் பதிலேதும் சொல்லவில்லை. கண்ணாடி முன் நின்று டோப்பாவை மாட்டிக் கொண்டார். பழைய கிழிசல் கோட்டையும் மேல் கோட்டையும் போட்டுக் கொண்டார். அவரது எண்ணத்தைப் புரிந்து கொண்ட எய்னோ தாமும் புறப்படத் தயாரானார்.

லெனினை இக்கோலத்தில் யாரும் அடையாளம் காண்பது அரிதே.

❖

14. அரண்மனை கைவசம்

மாகாளி பராசக்தி உருசிய நாட்
 டினிற் கடைக்கண் வைத்தா ளங்கே
ஆகாவென் றெழுந்தது பார் யுகப்புரட்சி
 கொடுங்கோலின் அலறி வீழ்ந்தான்
வாகான தோள் புடைத்தோர் வானமரர்
 பேய்களெல்லாம் வருந்திக் கண்ணீர்
போகாமற் கண்புகைந்து மடிந்தனவாம்;
 வையகத்தீர் புதுமை காணீர்!

குடிமக்கள் சொன்னபடி குடிவாழ்வு
 மேன்மையுறக் குடிமை நீதி
சுடியொன்றி லெழுந்ததுபார்; குடியரசென்
 றுலகறியக் கூறி விட் டார்
அடிமைக்குத் தளையில்லை யாருமிப்போ
 தடிமையில்லை அறிக! என்றார்
இடிபட்ட சுவர்போலே கலி விழுந்தான்
 கிருதயுகம் எழுக மாதோ!

- மகாகவி பாரதியார், 1917

மக்கள் விழித்துக் கொண்டனர். புரட்சியின் பாதை அவர் களுக்கு தெளிவாகத் தெரிந்தது. அதன்வழி புறப்பட்டனர். தொழிலாளர்களும், விவசாயிகளும், செம்படை வீரர்களும், உடன் இராணுவத்தினர். இனி புரட்சிதான்.

லெனினும் அவர்களுடன் இணைந்தார். நடந்தார். ஒரு டிராம் வண்டி வந்தது. 'நிறுத்து, நிறுத்து!' என்ற பெருங்கூச்சலுடன் வழி மறித்தார் எய்னோவ். வண்டி நின்றது. அது காலி வண்டிதான். ஆனால் வழியில் இறங்கி கொள்ளலாமே! எனத் துணிந்து வண்டியில் ஏறினர்.

ஆயுதம் தரித்த படைவீரர்கள் நிறைந்த லாரி டிராம் வண்டியின் முன் நின்றது. இன்னொரு லாரி டிராம் வண்டியைக் கடந்து சென்றது. வண்டி ஹெட்நோக்கி திரும்பும் முன் அதன் கண்டக்டர், 'வண்டி ஹெட்க்கு போகிறது இறங்குங்கள்' என்றார்.

வண்டி நின்ற பின் லெனினும் எய்னோவும் இறங்கி நடந்தார்கள். இராணுவ பயிற்சி மாணவர்கள் எதிர்பட்டு விடக்கூடாதே என்ற அச்சத்துடனே யாரும் வரவில்லை. சிறிது தொலைவில் குதிரை மீதமர்ந்து இரண்டு இராணுவ கல்லூரி மாணவர்கள் வழிமறித்து, 'அனுமதிச்சீட்டு எங்கே?' என்றனர்.

முதியோர் வேடத்தில் இருந்த லெனினை விட்டு விட்டார்கள். எய்னோ அவர்களிடம், 'அதனை எங்கே வாங்க வேண்டும்?' என்று பேசியபடி நழுவப் பார்த்தார்.

இராணுவக் கல்லூரி மாணவன் எய்னாவை திட்டியபடி, 'இவனை விடு' என்று மற்றொருவனிடம் சொன்னார்.

தப்பித்தால் போதும் என்று எய்னா லெனினுடன் சேர்ந்து கொண்டார். திடலை நோக்கி நடந்தனர். திடலில் இராணுவம் படைவீரர்களுக்கு கட்டளை பிறப்பித்தது.

கூட்டம் மாளிகை முன் திரண்டிருந்தது. ஸ்மோல்னீ மாளிகை முன் பீரங்கிகள் நின்றன. காவலர்கள் சூழ்ந்திருந்தனர். மாளிகையில் விளக்குகள் பிரகாசித்தன.

லெனின் இதயம் படபடத்தது. எந்த நாளுக்கு காத்திருந்தாரோ அந்த நாளும் வந்தது.

லெனினும் எய்னோவும் மாளிகைக்குள் அனுமதிக்கப்பட்டார்கள். தாம் கிழவர் என்பதை மறந்து விறுவிறுவென்று மாடிப் படிக்கட்டு களில் ஏறினார். தோழர்கள் தோட்டப் பெட்டியுடன் வழியெங்கும் நின்றிருந்தனர். மூன்றாம் மாடிக்கு வந்த லெனின் இராணுவக் கமிட்டி அறைக்குள் புகுந்தார்.

கமிட்டி உறுப்பினர்கள் புரட்சி குறித்தும், பின் நடப்பது குறித்தும் விவாதித்துக் கொண்டிருந்தார்கள். செங்காவல் படை, இராணுவப் பிரிவுகள், தொழிலாளர்கள் வந்த வண்ணம் இருந்தனர்.

கூட்டத்துக்குள் புகுந்த லெனின் தனது கோட்டையும் தலையில் அணிந்திருந்த டோப்பாவையும் கழற்றினர். இனி எதற்கு வேடம்? வந்த பணி நிறைவேறி விட்டது. மேடை நோக்கிப் பாய்ந்தார்.

‘லெனின்’ என்ற கூக்குரல் ஒலித்தது. லெனின் என்ன சொல்லப் போகிறார் என்றபடி கூட்டம் எதிர்பார்த்திருந்தது.

“தாமதம் செய்வது இறப்புக்கு சமம், தந்தி, டெலிபோன், ரயில் நிலையங்கள் அனைத்தையும் கைப்பற்ற வேண்டும். அதுவும் இன்று இரவே” என்று குரல் ஒலிக்க முழங்கினார்.

‘செங்காவல் படை அணி வகுத்து நிற்க’ என்று ஆணையிட்டார் எய்னோ. அக்டோபர் 25ஆம் தேதி தொடங்கி புரட்சி குரல் மாஸ்கோவின் தலைநகர் பொத்ரோகிராத்தை கைப்பற்றினர்.

மாபெரும் ரஷ்ய சோசலிச புரட்சி பூத்தது.

●

அரண்மனை சோவியத் மக்கள் வசம் ஆனது. இன்னும் பொலிவுடன் அரண்மனை ஜொலித்தது.

இராணுவ புரட்சித் தலைவர், லெனினிடம் சொன்னார். “பொத்ரோ கிராத் நகரம் நம் கைவசம் ஆனது. பனிக்கால அரண்மனையைக் கைப்பற்றி தற்காலிக அரசை வீழ்த்தி உறுப்பினர்களை கைது செய்ய வேண்டும்” என்றார்.

அக்டோபர் 25ஆம் தேதி காலை ‘ரஷ்யாவின் குடிமக்களுக்கு’ என்ற அறிக்கையை மக்கள் உரத்தக் குரலில் வாசித்தார்கள்.

‘தற்காலிக அரசாங்கம் அகற்றப்பட்டது. ஆட்சி சோவியத் மக்களின் கைகளில் வந்து விட்டது. புரட்சி வென்றது’ என்று எழுதினார் லெனின்.

‘இப்போது மக்கள் என்ன நினைப்பார்கள்’ என லெனின் ராணுவத் தலைமையிடத்துக் கேட்டார். அதற்கு ராணுவத் தலைமை அதிகாரி, ‘பனிக்கால அரண்மனை இன்றும் நம் கையில்’ என்றார். பனிக்கால அரண்மனையும் செங்காவல் படை, புரட்சிப் பட்டாளங்களால் சூழப்பட்டது.

அரண்மனையை சுற்றி இருந்த சாலைகளில் தொழிலாளர்களும், விவசாயிகளும், செங்காவல் படையினரும், பீரங்கிகள் தோழர்கள் கை வசமாகி சப்த ஒலியுடன் தற்காலிக அரசின் நாசகாரி கப்பலும் மக்கள் கைவசம் ஆயின.

1905ஆம் இதே நாளில் ஆயிரக்கணக்கான மக்கள் தற்கால ஆட்சியின் இராணுவ வீரர்களால் 1000க்கும் மேற்பட்டோர் கொல்லப் பட்டனர். ஆனால் 1917ல் அதே அக்டோபர் மாதத்தில் தொழி லாளர்கள் ஆயுதங்களை ஏந்தி அரண்மனையைக் கைப்பற்றினர்.

கமிட்டி உறுப்பினர்களும், இராணுவ புரட்சி கமிட்டி உறுப்பினர் களும் மோட்டார்களில் குதிரைகளில் ஏறி மக்களோடு பவனி வந்தனர்.

‘தோழர்களே! இன்னும் சக்தியை பெருக்கிக் கொள்வோம். தோழர் லெனின் நம்மை வழி நடத்துகிறார்’ என்றார். ‘லெனின்’ என்ற சொல் மக்கள் சக்தியில் உந்துதல் பெற்றது.

பனிக்கால அரண்மனை எப்படி கைப்பற்றப்பட்டது என்ற செய்தி லெனினுக்கு தொடர்ந்து கிடைத்துக் கொண்டிருந்தது. இந்த வீதியில் இந்தப் படைகள் இருக்கின்றன. இங்கே எத்தகையத் தோழர் படை அனுப்ப வேண்டும், அரோரா கப்பல் முகாம் இட்டுள்ளது எங்கே? என்ற தகவல்களை வரைபடத்தின் மூலம் லெனின் கண்டு கொண்டிருந்தார்.

படைவீரர்கள் அரண்மனை சதுக்கத்தை சூழ்ந்தனர். இராணுவ கல்லூரி மாணவர்கள் அரண்மனையைக் காக்க தடையரண்கள் அமைத்தார்கள். வாயில்களில் தடை அரண்கள் அமைத்து இடையே மெஷின்கன்களை நிறுத்தினர்.

அரண்மனையைச் சுற்றி மரங்கள் தடுப்பு அரண்களாக நின்றன. அரண்மனையைச் சுற்றி நிசப்தம் நிலவியது. ஸ்மோனி மாளிகையிலிருந்து மோட்டரில் ஒருவன் வந்தான். இராணுவப் புரட்சி கமிட்டிக்கு லெனின் செய்தி அனுப்பியிருந்தார் உடனே தாக்குதல் தொடுக்க. அரண்மனை நம் வசம் ஆகட்டும். இதுவே தக்க தருணம்.

இரவின் நிசப்தத்தில் குண்டு மழையின் ஒலி அதிர்ந்தது. அதன் ஒலி நெடுநேரம் முழங்கியது. போர்க்கப்பல் ‘அரோரா’வின் பீரங்கி வெடி முழக்கம் அது.

புரட்சிகர இராணுவ வீரர்கள், செங்காவற் படையினரும் அலை அலையாய் புறப்பட்டு அரண்மனை நோக்கித் திரண்டனர். வீரர்களின் குண்டுகளை பொழிந்தவாறு அரண்மனையை தடுத்து நின்ற அரண்கள் மீது குண்டு மழை பொழிந்து முன்னேறி சென்றனர்.

செங்காவலர் படையினரும், இராணுவ வீரர்களும், தொழிலாளர், விவசாயப் புரட்சி ஓங்குக! என்றவாறு தற்காலிக ஆட்சியின் இராணுவக் கல்லூரி மாணவர்களை, அதிகாரிகளை விரட்டிச் சென்றார்கள். சிலர் ஓடினர், பலர் செங்காவல் படையுடன் இணைந்தனர்.

ஒருவன் இராணுவ மாணவனை ஓங்கி குத்தினான். மாளிகையின் கண்ணாடிகள் நொறுங்கி வீழ்ந்தன. ‘இனி இது ஜாரின் செல்வம் அல்ல. நம்முடையது மக்களுடையது’ என்றான் ஒருவன்.

செங்காவல் படையினரும், மக்கள் ராணுவத்தினர் அரண்மனை சூழ்நதனர். அரண்மனை பணியாட்கள் மிரண்டு நின்றனர்.

தற்காலிக ஆட்சியின் அதிகாரிகள், இராணுவ மாணவர் அணியினர் ஒரு கூடத்தில் கூடியிருந்தனர். அவர்களை ராணுவ வீரர்கள் காத்தும் நின்றனர்.

"இராணுவ கல்லூரி மாணவர்களே, அதிகாரிகளே, ஆயுதங்களை போட்டு விடுங்கள். அமைச்சர் கைது செய்யப்பட்டு விட்டார். நீங்களும் எங்கள் கைதிகளே" என்று அவர்களை சூழ்ந்தனர். கூட்டம் நிசப்தமானது. அனைவரும் கைகளை உயர்த்தி புரட்சி செங்காவல் படையினரிடம் சரண் அடைந்தனர்.

புரட்சிக் கமிட்டி இராணுவத் தலைவர் களைத்த முகத்துடன் லெனின் எதிரில் நின்று, 'தோழர் லெனின், அறிக்கை செய்து கொள்கிறேன். அரண்மனை நம் கைவசம் ஆனது.'

லெனின் துள்ளி குதித்தார். இராணுவத் தலைவரை கட்டித் தழுவினார்.

15

சோசலிசப் புரட்சி

சோவியத் ரஷ்யாவில் அக்டோபர் புரட்சி வெற்றிகரமாய் லெனின் தலைமையில் கைப்பற்றப்பட்டது.

இதுவரை தோழர்களை, போல்ஸ்வீக் கமிட்டித் தோழர்களை செங்காவல் படையினரை வழிவகுத்து புரட்சிப் பாதைக்கு வழி அமைத்த லெனின் சோர்ந்து போயிருந்தார்.

தோழர்களும், புரட்சிப் படையினரும் இரவு பகல் பாராமல் அரண்மனையை கைப்பற்றும் முயற்சியில் முன்னெடுப்பில் வழி காட்டியாய் நின்ற சோவியத் புரட்சி கமிட்டியினரும், புரட்சிக்கு முன்நின்ற தோழர்களும் இரண்டு நாட்கள் ஊண் உறக்கமின்றி போராடி சோர்ந்து போயிருந்தனர்.

லெனின் மிகவும் சோர்ந்து இருப்பதை குருப்ஸ்காயா கண்டார்; உணர்ந்தார்.

“லெனின் ஓய்வு எடுப்பது அவசியம். அவர் எங்கே தங்குவார். அவருக்கான சொந்த வீடு வெகு தொலைவில் இருக்கிறது. என்ன செய்வது?” என குருப்ஸ்காயா கேட்டார்.

போன்ச், ஜெனிவா நாட்களிலிருந்து லெனினுடன் பயணப் பட்டவர். அவரது துணைவராகவும் நின்றவர். இஸ்கரா பத்திரிகை யில் எழுதியவர், புரட்சிப் படைகளுக்கு ஆயுதங்கள் தருவித்தவர். அவர் உடனே 'என் வீடு எதற்கு இருக்கிறது?' என்றவாறு குருப்ஸ்காயாவுடன் காரில் ஏற்றி தன் வீடு நோக்கிச் சென்றார்.

காரில் ஏறி சற்று நேரத்திலேயே உறங்கிப் போனார். கார் நின்றதும் ஒன்றும் நடவாததுபோல் விழித்துக் கொண்டார்.

வீட்டில் இருந்தவர்களை தொந்தரவு செய்யக் கூடாது என்ற நோக்கில் சந்தடியின்றி போன்ச் நுழைந்து லெனின் - குருப்ஸ்காயா வுக்கு உணவு தந்து காலியான அறைக்கு அழைத்துச் சென்று, 'உறங்குங்கள் லெனின்' என்று இரவு வணக்கம் சொல்லி புறப் பட்டார்.

அவ்வறையில் ஜன்னல் ஓரமான மேஜையும் நாற்காலியும் போடப் பட்டிருந்தது. குருப்ஸ்காயா உறங்குவதற்கு நீண்ட சோபா போடப் பட்டிருந்தது.

லெனின் உறங்க விளக்கினை அணைத்தார். ஆயினும் உறக்கம் வரவில்லை. சிந்தனை சுழன்றன. மறுநாள் புது அரசு பொறுப்பேற்கப் போகிறது. அதன் செயல்திட்டங்கள், பணிகள் குறித்து எண்ணம் அலை பாய்ந்தது. உலகிலேயே முதலாவது தொழிலாளர் - விவசாயி களின் அரசு. எப்படி நிர்வகிப்பது? எப்படிச் செயல்படுத்துவது? என்ற யோசனையில் ஆழ்ந்தவாறு உறங்கிப் போனார்.

ஓயாது உழைத்து லெனினுடன் பயணிக்கும் போன்ச்-ம் உறங்கிப் போனார். உறங்கிய சில மணிகளில் விழிப்பு வந்த லெனின் மேஜைக்கருகே வந்து அமர்ந்து எழுதத் தொடங்கி விட்டார்.

"நிலப்பிரபுக்களுக்கும் தேவாலயங்களுக்கும், அதன் மடங் களுக்கும், எல்லாவகை பணக்காரர்களுக்கும் சொந்தமான நிலங்கள் விவசாயிகளுக்கு இலவசமாக வழங்கப்படும். நிலத்தில் உழைக்காதவனுக்கு நிலம் கிடையாது. நிலத்தில் உழைப்பவனுக்கே நிலம் சொந்தம்" என ஆரம்பப் புள்ளியாக எழுதினார்.

மக்கள் பல நூற்றாண்டுகளாக கனவு கண்டு எதிர்பார்த்ததை அனைத்தும் எழுத்தில் வடித்தார். சோவியத் அரசின் புதுவாழ்வு நனவாகும் போகும் கனவுடன் லெனின் எழுத்து பிறந்தது.

அதிகாலை 2 மணிக்கு இரவின் அமைதியில் உறங்கப் போனார். மேஜை மேல் எழுதியவை கிடந்தது. லெனின் மீது சூரிய ஒளி பாய்ந்தது. காகிதத்தின் மீது ஒளி பாய்ந்தது. தலைப்பு வெய்யிலில் ஒளிர்ந்தது. ‘நிலம் பற்றிய அரசாணை.’

சோவியத்துகளுக்கே அதிகாரம்

முகம் வெளிறிப் போன தொழிலாளிகள், விவசாயிகள், கம்பீரமாக துப்பாக்கி ஏந்திய தோழர்கள், செங்காவற்படையினர் தொலை தூரத்திலிருந்து பயணித்து வந்தவர்கள் என ஸ்மோல்னீ மாளிகை ஹால் நிரம்பி வழிந்தது.

நாற்காலிகள், டேபிள்கள், மேல் விரிப்புகள், ஜன்னல் விரிப்புகள் செந்நிறமாய் சிவப்பு பூந்தோட்டமாய் காட்சி அளித்தது. சிகரெட் புகை சூழ தோழர்கள் ஒருவருக்கொருவர் உரையாடி இரைச்சலும் ஒலித்தது.

‘நாம் வென்று விட்டோம், பூர்ஷுவாக்கள் ஒழிக! எல்லாம் அதிகாரமும் சோவியத் மக்களுக்கே!’ என்ற கோஷமும் ஒரு பக்கம் ஒலித்தது. திடீரென ‘லெனின்! லெனின்!’ என்ற ஆரவாரக் கூச்சல் கிளம்பியது. அவரைப் பார்ப்பதற்கு பலர் எழுந்து நின்றார்கள்.

கட்சியின் தலைமைக் குழு உறுப்பினர்களும் உடன் வந்தார்கள். இராணுவ வீரர்போல் தலை நிமிர்ந்து சற்று உயரத்துடன் லெனின் பின்னால் மன உறுதியுடன் நடைபயின்று தொடர்ந்தார். ‘அவர்தான் ஸ்வெர்த்திலோவ்’ என்று கூட்டத்தில் ஒருவர் மற்றொருவரிடம் சொன்னார்.

புதிய ஆட்சியின் தோழர்களின் காங்கிரஸ் கமிட்டி தொடங்கி விட்டது என்று அறிவித்து, லெனினை பேச அழைத்தார் தலைவர்.

லெனின் எப்படி இருக்கிறார்? என்றறியும் ஆவலுடன் சிலர் எழுந்து நின்று பார்த்தனர்.

லெனின் சற்றுக் குள்ளமானவர் தான். 5 அடி 4 அங்குலம். ஆனால் எடுப்பானத் தோற்றத்தைத் தரும் முகம், விழிகள் நெருப்புப் பார்வையை தந்தன. பிறரின் எதிராளின் உள்ளத்தை ஊடுருவி பாய்ந்தது.

லெனின் மேடைமேல் விறுவிறுவென்று ஏறினார். அந்த ஹால் முழுவதும் திரண்டிருந்த மக்கள் எழுந்து நின்றனர். மாலுமிகள், செம்படைத் தோழர்கள் தொப்பிகள் பறந்து வண்ணப் புறாக்களாய் மிளிர்ந்தன.

'லெனின் வாழ்க!' என்ற கோஷம் விண்ணைப் பிளந்தது. லெனின் சற்று நேரம் கூட்டத்தில் கூடியிருந்த அந்த தொழிலாளர், விவசாயி மக்களை, படை வீரர்களின் பிரதிநிதிகள், உழைப்பாளி மக்கள் என இந்த மக்களின் எதிர்கால இன்பத்துக்கு தான் பொறுப்பாளி என்ற சிந்தனை ஓட்டத்தில் உணர்ந்தார்; கையை உயர்த்தினார்; பேச அனுமதி கேட்டார். கூட்டத்தினர் கொஞ்சம் கொஞ்சமாக அமைதிக் காத்தனர்.

லெனின் சமாதானம் சக வாழ்வு குறித்து பேசினார். தொழிலாளர் களுக்கும், குடியானவர்களுக்கும் சண்டை, சச்சரவு, யுத்தம் கூடாது. இதற்கு முடிவு கட்ட வேண்டும். சாதாரண மக்கள் சமாதான வாழ்வை விரும்புகிறார்கள் எனக் கூறி 'சமாதானம்' பற்றிய அரசாணையைப் படித்தார். கூட்டத்தினர் லெனின் சொற்பொழிவை செவி மடுத்து மனக் கிளர்ச்சியுடன் கேட்டனர்.

கடந்த நான்காண்டுகளாக நடந்த போர், உள்நாட்டு அரசியல் கிளர்ச்சியில் மக்கள் சோர்வடைந்திருக்கிறார்கள். இதனிலிருந்து மக்கள் விடுபட நாம் முனைப்பு காட்ட வேண்டும் என்று பேசி முடிக்க, 'ஷுர்ரா' என்ற முழக்கம் எதிரொலித்தது.

'அடிமை வாழ்வும் பசியும் மடிய
கொடுந்துயர் வாழ்வு விலக, எழுவாய்'

என்ற உணர்ச்சி பொங்க பாடினார்கள்.

எல்லாரும் எல்லாமும் பெற வேண்டும் – இங்கு
இல்லாமை இல்லாது ஒழிய வேண்டும்

எனத் தோழர்கள் பாடிக் களித்தனர். பிறகு லெனின் முன்னிரவு எழுதிய 'நிலம்' பற்றிய அரசாணையைப் படித்தார். விவசாயிகள் பலத்த கரகோஷத்துடன் அதனை வரவேற்றார்.

1917 ஆம் ஆண்டு அக்டோபர் 25, 26 தேதிகளில் மாளிகையின் வெள்ளை ஹாலில் கூடிய சோவியத்தின் 2வது காங்கிரஸ் மாநாட்டில் லெனின் 'சோவியத் ஆட்சி நிறுவப்பட்டு விட்டது' என்றார்.

"தோழர்களே! விரைவாக உங்கள் இடங்களுக்குச் செல்லுங்கள். நமது வெற்றி குறித்து மக்களிடம் கூறுங்கள். தொழிலாளர் புரட்சி வெற்றி பெற்று விட்டது. இப்போது நம் நாட்டில் சோவியத் ஆட்சி நடைபெறுகிறது. எங்கும், ரஷ்யா முழுவதும் சோவியத் ஆட்சியை வலுப்படுத்துங்கள்" என மக்களை, பிரதிநிதிகளை அனுப்பி வைத்தார் லெனின்.

16

கடமையை நிறைவேற்றுவோம்

மாலை நேரம் குருப்ஸ்காயா வேலையிலிருந்து திரும்பினார். அன்று வேலைச்சுமை அதிகம்தான். ஆசிரியர்களிடம் ஆலோசனை, பின் தொழிலாளர்களுடன் சந்திப்பு.

நூலகம், அனாதை இல்லம், பண்பாட்டு நிலைகள் அமைப்பது குறித்தும் கல்வி முறை மாற்றி அமைப்பது குறித்தும் விவாதித்தனர்.

இப்போது லெனின் தம்பதியினரின் இல்லம் ஸ்மோல்னீ மாளிகையே ஆயிற்று. அகலமான அறை, அதன் ஜன்னல் முற்றத்துக்கு பக்கத்தில் இருந்தது. ஒரு மரப்பலகைத் தடுப்பினால் இரண்டாக பிரிக்கப் பட்டிருந்தது. அதில் இரண்டு இரும்பு கட்டில்கள். படைவீரர்களின் கம்பளங்கள் கட்டிலின் மேல் விரிக்கப்பட்டிருந்தன. அடுப்பும் அவ்வறையிலேயே இருந்தது.

குருப்ஸ்காயா அறைக்குள் வந்தார். சுவற்றினை ஒட்டினாற் போல் குழாய்கள் பொருத்தப்பட்டிருந்தன. முன்பு கல்லூரி மாணவர்கள் முகம் அலம்ப பயன்படுத்தப்பட்டது. இப்போது இருபது குழாய் களும் நம்முடையவை என்றார் வேடிக்கையாக. அறையில்

தட்டுமுட்டு சாமான்கள் தேவைக்கேற்ப இருந்தது. அலமாரி, உணவு பொருள் அலமாரி, ஒரு சிறிய மேஜை அவ்வளவுதான்.

குருப்ஸ்காயா மேல்கோட்டை கழற்றி விட்டு அடுப்பின் அருகே நின்றார். உடலுக்கு கதகதப்பாய் இருந்தது. லெனின் இன்னும் வரவில்லை. லெனின் அறையில்தான் புதிய சோசலிச வாழ்வின் நிர்மான வேலைகள் முடிவு செய்யப்பட்டது.

இனி ரஷ்யாவில் இரும்புப் பாதைகளும், கடலில், ஆறுகளில் செல்லும் கப்பல்களும், படகுகளும் அரசுக்கே சொந்தம் என்று அரசாணைகள் பிறந்தன. ஆலைகளும், தொழிற்சாலைகளும் அரசின் உடைமைகள் ஆகின. தொழிலாளர்களே தொழிற்சாலைகளை இயக்கினர்.

லெனின் வரவேற்பு அறையில் எப்போதும் தொழிலாளர்களும், விவசாயிகளும் தரைப்படை, கடற்படை வந்த வண்ணம் இருந்தார்கள். உணவுக்குக் கூட செல்ல நேரமில்லை. காலடி ஓசை கேட்டு குருப்ஸ்காயா அவரை வரவேற்க சென்றார்.

'இடைவேளையில் வந்தேன்' என்று சொன்ன லெனின் ஜன்னலை பார்த்தபடி 'சற்றே உலாவப் போவோமா?' என்றார்.

'மணி இரவு ஒன்பது ஆகிவிட்டது. வேலை நிறுத்தி வையுங்கள்' என்றார் குருப்ஸ்காயா.

குருப்ஸ்காயாவின் உடன் இருந்த உதவியாளர் ழேவ், 'உடனே ஓய்வு எடுப்பதே நல்லது' என்றார்.

ழேவ்-க்கு லெனினை கவனித்துக்கு கொள்வதே வேலை. லெனின் பணிகளுக்கு உதவுவது, சாப்பாடு பரிமாறுவது, கடைக்குப் போய் செய்தித்தாள் வாங்கி வருவது, அடுப்பு கணப்பை மூட்டுவது என வேலைகளை லெனின் எதிர்பார்க்கும் முன்பு செய்தார்.

ழேவ்க்கு குருப்ஸ்காயா பரிசு பொருள் ஒன்று வழங்கினாள். அது முகம் பார்க்கும் கண்ணாடி. அதனை லெனினும் ஆமோதித்தார். 'நானும் உனக்கு முகம் பார்க்கும் கண்ணாடி வாங்கித் தர நினைத் தேன், நல்ல வேலை ழேவ் என்னை முந்திக் கொண்டார்.'

ழேவ்-ன் முகம் மலர்ந்தது. அவர்களிடம் விடைபெற்றுக் கொண்டு உறங்கச் சென்றார்.

குருப்ஸ்காயா தொப்பியை அணிந்து கொண்டு கண்ணாடியை பார்த்தபடி 'நான் முதுமை அடைந்து விட்டேன்' என்றார்.

லெனின் 'இல்லை... இல்லை...' என மறுத்தார்.

தொடர்ந்து 'வேலையில களைத்து போகிறாயா?' என்று கவலை யுடன் விசாரித்தார்.

'அதிகம் இல்லை' என்றார்.

நள்ளிரவு வரை லெனின் பணிகள் தொடர்ந்தன. உலகிலேயே முதலாவது அரசை அதுவும் தொழிலாளர், விவசாயிகள் அரசை எப்படி நிர்வகிப்பது என்று சிந்தித்தவாறு செயலாற்றினார்.

லெனின் அறை வாசலில் ஒருவன் காவல் காத்து நின்றான்.

மூவர் லெனினை பார்க்க வந்தனர். அவர்களிடம் காவலாளி 'எங்கே அனுமதி சீட்டு' என்றான்.

அதில் இருவர் முதியவர்கள், ஒருவன் இளைஞன். அவன் பெயர் ரமான்.

'எங்கே கொடுக்கிறார்கள்?' என்றான் ஒருவன்.

'காவல் தலைவர் அலுவலகத்தில் வாங்க வேண்டும்' என்றான் காவலன்.

அந்நேரத்தில் காவலர் தலைவர் வந்தார். வந்தவர்களிடம் 'யாரைப் பார்க்க வேண்டும்' என்றார்.

'லெனினை முக்கிய அவசர காரியமாக' என்றான்.

'உடனடியாக ஆக வேண்டிய காரியம்' என்றான் மற்றொருவன்.

'பெரிய ஆட்கள்தான். புரட்சியின்போது எங்கே இருந்தீர்கள்' என்றார் தொழிலாளர்கள் மீது கண்களை பதித்து.

'பனிகால அரண்மனையை கைப்பற்றினோம்' என்றனர்.

பதினைந்து நிமிடங்களில் லெனினை பார்க்க அனுமதித்தார்.

லெனினின் உதவியாளர் கதவை திறந்து அவர்களை உள்ளே அனுப்பினார்.

லெனின் மகிழ்ச்சி பொங்க அவர்களை வரவேற்று எதிரில் உள்ள நாற்காலிகளில் அமரச் செய்து தனது நாற்காலியை அவர்களுக்கு அருகில் நகர்த்தி கொண்டு மளமளவென்று கேள்விக் கணைகளைத் தொடுத்தார்.

"எங்கிருந்து வருகிறீர்கள். உங்கள் தொழில் என்ன? உங்கள் தொழிற்சாலையின் நிலவரம் என்ன? ஆலைக்கு தேவையானப் பொருட்கள் கிடைக்கின்றதா? ஆலை நிர்வாகத்தின் மீது தொழிலாளர் கவனம் இருக்கிறதா? என்ன காரியமாக வந்தீர்கள், ஒளிவு மறைவு இல்லாமல் அச்சம் இல்லாமல் சொல்லுங்கள்" என்றார்.

லெனின் தொடர்ந்து புன்முறுவல் பூத்தார்.

லெனினின் இந்தப் புன்னகையால் ரமான் துணிவுடன், வந்த காரணத்தை மறைக்காமல் சொல்லினான்.

அவர்கள் தொழிற்சாலையில் வேலை செய்யவில்லை. தற்போது தொழிற்சாலையிலிருந்து விலக்கப்பட்டுள்ளனர். மக்கள் கமிட்டியின் வேலைக்கு அனுப்பப்பட்டுள்ளார்கள். ஜார் காலத்து ஊழியர்கள் ஓடி விட்டார்கள். சோவியத் ஆட்சியுடன் அவர்கள் வேலை செய்ய தயாராய் இல்லை. ஆகவே அங்கு வேலை செய்ய அனுப்பப் பட்டிருக்கிறார்கள்.

'சோவியத் ஆட்சிக்கு உதவத்தானே?' என்றார் லெனின்.

லெனின் கண்களை இடுக்கியவாறு ரமானைப் பார்த்தார். ரமானுக்கு சங்கடமாய் போனது. முடியை கோதிக் கொண்டான்.

எங்களால் முடியவில்லை லெனின் தோழரே, சிரமமாய் இருக்கிறது. தொழிற்சாலையில் பயனுடைய வேலை செய்தோம். மக்கள் கமிட்டியிலோ குருடர்கள் போல் தடுமாறுகின்றோம்.

"அரசை நிர்வகிப்பது அவ்வளவு லேசானதா? எனக்கு அனுபவம் இருப்பதாக கருதுகிறீர்களா? நான் மக்கள் தலைவனாய் இருக்க எங்கு கற்றேன்? நம்முடைய மற்ற மக்கள் கமிட்டியினரும் முன் அந்தப் பதவியை வகித்தார்களா? இல்லையே!" என திரும்பிக் கேட்டார்.

ஒரு தொழிலாளி தலையை தயக்கத்துடன் ஆட்டினான்.

பழையவற்றைத்தான் துடைத்து தூக்கி எறிந்து விட்டோமே? நமக்கு பதில் யார் இதனை நிர்வகிப்பது?

லெனின் அவர்களுக்கு பதில் தந்தவாறு நாற்காலியை இன்னும் அவர்களுக்கு நெருக்கமாய் அமர்ந்து அவர்களுக்கு விவரிக்கத் தொடங்கினார்.

அனுபவ ஞானம் இல்லாமல் மக்கள் கமிட்டியில் வேலை செய்வது சிரமம்தான். ஆனால் அதற்குப் பதிலாக பாட்டாளிக்கு இயல்பாகவே புரிந்து கொள்ளும் உணர்வு அவர்களிடம் இருக்கிறது. மக்கள் கமிட்டி அலுவலகங்களில் நம்முடைய, கட்சியினுடைய சோவியத் போக்கைச் செயல்படுத்த வேண்டும். அதனை தொழிலாளியாகிய நீங்கள் செய்யாமல் வேறு யார் செய்வார்கள்? எங்கும் தொழிலாளர்களின் மேற்பார்வையும் கண்காணிப்பும் தேவை.

'நாங்கள் தவறு செய்து விட்டால்' என்றான் ஒருவன்.

"தவறினை திருத்திக் கொள்வோம். முடியாவிட்டால் கற்றுக் கொள்வோம். ஆகவே தொழிலாளித் தோழர்களே கட்சி உங்களை அனுப்பி வைத்துள்ளது. அந்தக் கடமையை நிறைவேற்றுங்கள்" என்று எழுந்து நின்று உற்சாகமூட்டி அவர்களிடம் கை குலுக்கினார். மீண்டும் புன்னகையுடன் 'முடியாவிட்டால் கற்றுக் கொள்வோம்' என்றார்.

'தோழர் லெனின் கடமையை நிறைவேற்றுவோம் என்று உறுதி அளிக்கிறோம்' என்று விடைபெற்றனர்.

வெளியில் வந்தவர்கள், தங்களுக்குள் லெனின் சொன்னது சரிதான். தொழிலாளர் குடியானவர்களின் அரசு நம்முடையது. நாம் தான் அதற்கு பொறுப்பு.

லெனினின் புன்னகையும் அவருடன் நடந்த உரையாடலும் ரமானுக்கு துணிவைத் தந்தது.

மக்கள் கமிட்டித் தலைவரிடம் லெனினோடு பகிர்ந்ததை விவரித்தான். தொழிற்சாலையைப் பற்றி லெனின் கதைத்ததை சொல்ல ஆசைதான். ஆனால் இப்போது அவர்கள் தொழிற்சாலையில் வேலை செய்யவில்லையே!

❖

17

புரட்சியும் பட்டினியும்

பாதுகாப்புடன் கூடிய அமைதியான சமூகத்தில்தான் வாழ்க்கை வாழ்வதற்கு எளிமையாகவும் சுகமாகவும் இருக்கும்.

நாட்டைப் புரட்டி போடுகிறேன் என்ற போர்வையில், வளமான தேசமாக மாற்றுகிறேன் என்ற போர்வையில் நாடு பிடித்து வர்த்தகப் போட்டி நிறைந்ததாக மாற்றிக் கொண்டிருக்கிறார்கள். எங்கும் போட்டி, எதிலும் போட்டி, வெற்றி பெற எதையும் செய்யலாம் என்பதுதான் இன்று வல்லரசுகளின் சித்தாந்தமாக இருக்கிறது.

இத்தகையச் சூழலில் சோவியத்தில் புரட்சியை ஏற்படுத்திய பிதாமகர் லெனினின் தேசத்தில் ஜார் ஆட்சி விட்டுச் சென்ற அவலங்கள் எழுதி மாளாது.

முதல் உலக யுத்தம் நாட்டையே பாழ்படுத்தி விட்டது. உணவுப் பஞ்சம் ஒவ்வொரு நாளும் விஸ்வரூபம் எடுத்து மக்களை அல்லாட வைத்தது. ரொட்டி வாங்க மக்கள் க்யூ வரிசையில் நின்றனர். ஒரு தேசம் எப்படியோ அப்படியே மக்களும் ஆளாகினர்.

புரட்சிப் பாதையை வழிவகுத்த லெனினுக்கும் போல்ஸ்வீக்

தோழர்களுக்கும் இப்படித்தான் ரேசன் முறையில் உணவு வழங்கப் பட்டது.

மக்கள் கமிட்டியை நாள்தோறும் கூட்டினார் லெனின். நாட்டை புணருத்தாரணம் செய்ய ஏராளமான செயல்பாடு செய்ய வேண்டியிருந்தது. பஞ்சத்தை ஒழிப்பது எப்படி என்பது, முதல் பணியாக இருந்தது.

தலைநகரில்தான் இப்படி பிரச்சனை என்றில்லை. சோவியத் முழுக்க இது தலைவிரித்தாடியது. அதே சமயம் புறநகரங்களில் விவசாயம் நடைபெற்றாலும் தானியங்களுக்கு பஞ்சமில்லை. ஆயினும் அதனை பகிர்ந்தளிப்பதுதான் பிரச்சனையாக இருந்தது. தோழர்கள் இதனை செயல்படுத்த முன் முயற்சி எடுத்தாலும் எளிதான காரியாக இல்லை. ரயில் போக்குவரத்து சீர் குலைத்திருந்தது. எனவே போக்குவரத்தை சீர் செய்வது முதல் வேலையாய் இருந்தது.

நகரங்களில் எரிபொருளும் இல்லை, நிலக்கரி இல்லை, விறகும் இல்லை. இதனை பயன்படுத்திக் கொண்டு நாசகார சக்திகள் எரிபொருளுக்கான பொருள்களை பதுக்கி வைத்து, லாபம் திரட்ட முனைந்தார்கள்.

இவர்களுக்கு ஆதரவாய் பூர்ஷுவாவாக்களும், நாச வேலைக்காரர் களும், புரட்சிக்கு குழி பறிக்க முயன்றார்கள். இதற்கு பூர்ஷுவோ ஆட்சிக் காலத்தில் இருந்த அதிகாரிகள் துணை போனார்கள். மேலும் ஜெர்மானியர்கள் 'இதோ வந்து விடுவார்கள். சோவியத்துக் களை ஒழித்து விடுவார்கள்' மக்களுக்கு எல்லாம் கிடைக்கும் என்று நம்பிக்கையை வித்தூன்றினர்.

இத்தகைய நிலையில் லெனின் தேசத்தின் நிலை குறித்து ஆழ்ந்த கவலை கொண்டதோடு இதனை எதிர் கொள்வது எப்படி என்று யோசிக்கலானார்.

மக்கள் கமிட்டி உறுப்பினர்களையும், மத்தியக் கமிட்டி உறுப்பினர் களையும் கூட்டி இரவும் பகலும் ஆலோசித்தார். அதே பொழுதில் ஜெர்மானியரிடம் இராணுவ பலம் இருந்தது. ஜாரின் படையோ சின்னாபின்னமானது.

அதிகாரிகள் போர் முனையிலிருந்து பின்வாங்கினார். படையினர் வீடுகளுக்கு திரும்பினர்.

லெனின், "தோழர்களே! நாம் சமாதானத்தை விரும்புகிறோம். அதில் கையெழுத்திடவும் செய்திருக்கிறோம். ஜெர்மனியர்களுடன் யுத்தம் தொடுத்தல் ஆகாது" என்றார்.

சோவியத் மக்கள் கமிட்டி ஜெர்மனியின் தலைமையுடன் பேச்சு வார்த்தை நடத்தியது. ஜெர்மன் அதிகாரிகள் உடன்பட்டனர். அவர்களின் நிபந்தனை, 'ருஷ்ய மக்கள் கைப்பற்றிய ஜெர்மன் பகுதிகளை திரும்ப ஒப்படைக்க வேண்டும் என்பதுதான்.'

'நிபந்தனைகளை ஏற்க வேண்டியது சமாதானத்துக்கு வழி' என்றார் லெனின்.

வேறு வழியில்லை. மக்கள் போரினால் துவண்டு போயினர். நாட்டின் சீரழிவால் களைத்து போயிருந்தார்கள். சமாதானமாக வாழவும் தேசத்தை மீட்டெடுக்கவும் மக்கள் விரும்பினர்.

மத்தியில் கமிட்டியில் லெனின், ஜெர்மனியுடன் சமாதான முயற்சி களின் காரணத்தை விரிவாக விவரித்தார்.

"யுத்தத்தை நிறுத்த வேண்டும். எவ்வளவு கடுமையான நிபந்தனைகள் இருந்தாலும் அதனை பொருட்படுத்தக் கூடாது. முதலில் சோவியத் குடியரசை, மக்களைக் காப்பாற்ற வேண்டும். சோவியத் ஆட்சி வலிமை பொருந்தியதாக மாற்ற வேண்டும். தொழிலாளர் விவசாயி களின் உழைப்பினை, சேனையை வலுப்படுத்த வேண்டும். பொருளாதாரத்தை தூக்கிநிறுத்த வேண்டும்" என்றார்.

இதில் தோழர்கள் மத்தியில் முரண்கள், கருத்து வேறுபாடுகள் தோன்றின. கடுமையான வார்த்தை போரினால் லெனினை காயப்படுத்தினர்.

"தோழர்களே! நம் நாட்டில் சீரழிவும், பஞ்சமும் தலை விரித்தாடு கின்றன. நம்மிடையே சக்தியும் இல்லை. போரினால் ஒவ்வொரு வரும் துவண்டு போய் இருக்கிறார்கள். சற்றே ஓய்வு பெறுவது அவசியம்" என்று தோழர்களை இணங்க வைத்தார்.

ஆனால் நாட்டில் எட்டப்பர்கள் இருக்கச் செய்வார்கள். அதுபோல் லெனினுக்கு சோவியத்துக்கு எதிராக திரோத்ஸ்கீயோ சமாதான உடன்படிக்கையில் கையெழுத்திட மறுத்தார். அதே சமயம் சோவியத் தரப்பில் போர் நிறுத்தம் மேற்கொண்டனர். படைவீரர்கள், தோழர்கள் வீடு திரும்பினர். அமைதி திரும்பியது.

ஜெர்மானியப் படை வீரர்கள் வெறிச்சோடிய சாலைகளில் பவனி வந்தனர். தலைநகரை கைப்பற்றி விடுவார்களோ, புரட்சிக்கு முடிவு கட்டி விடுவார்களோ என்ற அச்சமும் ஏற்பட்டது.

பூர்ஷுவாக்களும், கள்ள வியாபாரிகள், கடத்தல்காரர்களும் யார் யாரை பழிவாங்க வேண்டும் என்று பட்டியல் தயாரித்து கொண்டு இருந்தார்கள்.

திரோத்ஸ்கீயின் செயல் ஜெர்மனியா ஏகாதிபத்தியத்துக்கு வலு சேர்த்தது. இவர் புரட்சிக்கு முன்பே லெனினுக்கு எதிராக பல சக்திகளை திரட்டினார்.

இதனை லெனின், 'கசப்பான மனத்தை புண்படுத்துகிற துயர் தரும் படிப்பினைகள் புறம் தள்ள வேண்டும்' என்றார்.

மேலும் அவரது அறிக்கைகள், சோசலிச தாய்நாடு ஆபத்தில் இருக்கிறது என்றும், தொழிலாளிகள், குடியானவர்கள், விவசாயிகள் தாய்நாட்டை பாதுகாக்க வீறு கொண்டு எழுங்கள்! என்று மக்கள் கமிட்டியில் முன் வைத்தார்

நகரம், கிராமங்களில் தொழிலாளர் குடியிருப்புகளில் பல்லாயிரம் தொண்டர்கள் மக்கள் கமிட்டிகளிடம் லெனின் அறைகூவலை ஏற்று படை திரண்டனர். புதிய சேனை உருவாக்கப்பட்டது.

இவைகள் அரங்கேறியது. 1918 ஆம் ஆண்டு பிப்ரவரி மாதம். அன்று முதல் இன்று வரை இந்நாளை சோவியத் மக்கள் கொண்டாடு கிறார்கள். இந்தச் சேனையே எத்தனையோ முறை நாட்டை மக்களிடமிருந்து காப்பாற்றியிருக்கிறது.

செஞ்சேனை ஜெர்மானியருக்கு எதிராக கிளர்ந்தெழுந்தது. சமாதானத்துக்கு இணங்கினர். அதே சமயம் சோவியத்தின் அதிக

நிலங்களை கைப்பற்றிக் கொண்டு ஏராளமான பொருளும் பணமும் நஷ்ட ஈடாகக் கோரினர்.

சோவியத் அதற்கு இணங்கினாலும் பின்னர் அவர்களாகவே ஜெர்மானியில் ஏற்பட்ட புரட்சியினால் கொள்கைக்கார உடன்படிக்கை ரத்தானது.

இதில்தான் லெனின் தீர்க்க தரிசன, பார்வை, செயல்பாடு மக்களிடம் வெளிச்சத்தை தந்தது.

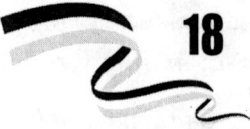

18

'மணி' அரசன்

இதுதான் இறுதி என்பதில்லை. ஏனென்றால் முதலும் முடிவும் அவரவரது நினைப்பே. நிஜத்தில் அது இல்லை. எதுவும் தானாக நடந்தேறாது. பாதை நீண்டு கொண்டேதான் இருக்கும் எதுவரை பயணம் என்பது நாம்தான் முடிவு எடுக்க வேண்டும்.

1917ல் லெனினுடன் மத்திய கமிட்டி உறுப்பினர்களும் சேர்ந்து அக்டோபர் புரட்சியை சேர்ந்து நடத்தினர். புரட்சிக்குப் பின் புரட்சிக்கு எதிராக நின்றவர்களை சமாளிக்க ரஷ்ய புரட்சியின் கமிட்டித் தலைவரான த்ஸெர்ழீன்ஸ்கீ என்பவரை லெனின் நியமித்தார். அவரின் மென்மையான போக்கு அனைவரும் அறிந்ததே.

அவர் புரட்சியின் எதிரானவர்களை நன்கு அறிந்து அவர்கள் களைத்தெடுக்கும் பணியை சிறப்பாக நடத்தினார். ஓய்வு ஒழிச்சல் இல்லாமல் இரவும் பகலும் தொடர்ந்து பல நாட்கள் சோராது உழைத்தார். அது புரட்சிக்காக, மக்களுக்காக.

லெனின் மக்களை சந்திக்கப் புறப்பட்டார். அவருடன் குருப்ஸ்காயாவும் பயணப்பட்டார்.

எல்லோரும் ரயிலில் பயணித்தனர். உடன் லாத்விய படை வீரர்கள் படிகட்டுகளில் தொங்கியபடி பயணம் மேற்கொண்டனர்.

ரயிலின் ஜன்னல் ஓரம் அமர்ந்தவாறு வழக்கம்போல் தன் எழுத்து வேலையில் இறங்கினார். உடன் பயணம் கொண்டவர்கள் 'சற்றே ஓய்வெடுங்கள்' என்றனர்.

லெனின், அப்போது 'நம் உடம்பை குறித்து யோசித்தால் ரஷ்ய நாட்டில் புரட்சி நடந்திருக்குமா?' என கேள்விக் கணைத் தொடுத் தார். தொடர்ந்து எழுத்துப் பணியை நீட்டினார். எழுதியதை மீண்டும் வாசித்து திருத்தங்கள் மேற்கொண்டார்.

ரஷ்யாவை ஒரு பக்கம் பகைவர்கள் சூழ்ந்திருந்தனர். புரட்சிக்கு எதிரானவர்கள் சதிதனை தீட்டிக் கொண்டிருந்தார்கள். இந்நிலை யிலும் சோவியத் மக்கள் சோசலிச தாய்நாட்டை வலிமை மிக்கதாக வெற்றி பெறும் முன்னேற்ற உறுதியுடன் செயல்பட்டார் லெனின்.

ரயிலில் எல்லாப் பயணிகளும் உறங்கிக் கொண்டிருக்க அவர்கள் செம்படை வீரர்கள் துப்பாக்கிகளுடன் அவர்களை பாதுகாத்து கொண்டிருந்தார்கள். அவர்களுக்கு இடையூறு ஏற்படாவண்ணம் மெழுகுவர்த்தி வெளிச்சத்தில் நாளை செய்தி இதழுக்கு கட்டுரையை முடிக்க எழுதிக் கொண்டிருந்தார் லெனின்.

●

சோவியத் மக்கள் படை 1918 மார்ச் மாதம் 11ஆம் நாள் எவ்வித இடையூறுமின்றி மாஸ்கோ போய் சேர்ந்தது. லெனினும், அகில ரஷ்ய மத்திய நிர்வாகக் கமிட்டியும், மக்கள் கமிட்டி உறுப்பினரும் பெத்ரோகிராடிலிருந்து மாஸ்கோ வந்தடைந்தனர்.

முதலில் லெனினும் அவரது சகோதரி மரியாவும், துணைவியர் குருப்ஸ்காயாவும் மாஸ்கோ வந்தடைந்தனர். விரைவில் மக்கள் கமிட்டி உறுப்பினர்களும் வசிக்கவும், புணர் நிர்மானம் செய்யவும் வசதிகள் ஏற்பாடு செய்யப்பட்டிருந்தன.

மாஸ்கோ வந்த மறுநாளே லெனினும் குருப்ஸ்காயாவும் நகரைச் சுற்றிப் பார்க்க புறப்பட்டனர். உடன் மக்கள் கமிட்டியின் நிர்வாகி

தோழர் போன்ச்-ம் புறப்பட்டார். தோழர் போன்ச் மக்கள் கமிட்டி உறுப்பினர்களுக்கு தங்க ஏற்பாடு செய்தார்.

அக்டோபர் புரட்சி நடந்தபோது இராணுவக் கல்லூரி மாணவர்கள் கிரெம்ளின் மாளிகைச் சுற்றி அரண் செய்து பீரங்கிகளால் தாக்கினர். கடும் யுத்தம் நடந்தது. முடிவில் புரட்சிப் படையினர், வெண்படையினரையும் ஜாரின் பாதுகாவலர்களையும் துவம்சம் செய்து அவர்களை அடித்து விரட்டினர்.

அந்த யுத்தத்துக்குப் பின் 1918 ஆம் ஆண்டில் வசந்த பருவத்தில் கிரெம்ளின் வெறுமை சூழ்ந்தது. அதில் உள்ள பல கட்டடங்கள் நெருங்கி விழுந்தது. நெருப்பால் கனன்று கொண்டிருந்தது. உடைந்த செங்கற்களும் கண்ணாடித் துகள்களும் குவிந்து கிடந்தன. எங்கு நோக்கினும் இடிபாட்டின் சிதறல்கள்.

லெனினும், குருப்ஸ்காயாவும் சதுக்கத்தை கடந்து சென்றபோது 'மணி அரசன்' எனப்படும் அந்த பெரிய கண்டாமணி மலை போல் நின்றது. பழங்காலத்தில் தொழிலாளர்களால் வடிவமைக்கப்பட்டது இந்த வெண்கல மணி. அதே போல் 'பீரங்கி அரசன்' எனப்படும் கைவினை கலைஞர்களின் கைவண்ணத்தை அடையாளம் காட்டியது.

பின்னர் கிரெம்ளின் மாளிகையின் மதிற்சுவர்கள், கோபுரங்கள் ஒவ்வொன்றும் மாஸ்கோவின் தொன்மையை, அதன் மக்களின் தேர்ந்த வடிவமைப்பும் காட்சி தந்தன.

லெனின் இக்காட்சிகளை கண்டு சிந்தனையோடு புன்முறுவலோடு, 'வணக்கம் மாஸ்கோ நகரே' என்று முணுமுணுத்துக் கொண்டார்.

●

போல்ஸ்வீக் கட்சியின் ஏழாவது காங்கிரஸ், ஜெர்மனியுடன் சமாதான சக வாழ்வுக்கு உடன்படிக்கை செய்து கொண்டது. போல்ஸ்வீக் கட்சியை 'கம்யூனிஸ்ட் கட்சி' என்றழைக்கும் யோசனை முன்வைத்தார்.

நமது கொள்கை கம்யூனிஸ்ட் அகிலத்தை உருவாக்குவது. எனவே 'கம்யூனிஸ்ட் கட்சி' என்று பெயர் சூட்டுவோம் என்றார் லெனின்.

புதிய சமுதாயத்தை எப்படி நிறுவுவது, அதனை எப்படி வழி நடத்திச் செல்வது? என தொழிலாளர்களுடன் கிரெம்ளின் சந்திப்பின்போது விவாதித்தார். செயலாகத்தினை அரசின் உறுப்பினர்களுடன் கலந்தாலோசித்தார்.

சோவியத்து ஆட்சிக்கான இடையில் கிடைக்கும் ஓய்வு நேரத்தில் மக்களுக்கான புதுவாழ்வினை ஏற்படுத்த உறுதியான நடவடிக்கை களை தீட்டினார் லெனின்.

இதற்கு முதலில் தொழிலாளர் பிரதிநிதிகளுடன் கதைத்து உருவாக்கப்பட்டதே, 'சோவியத் ஆட்சியின் அடுத்த கடமைகள்' என்ற பிரபலமான கட்டுரை வெளிவந்தது.

இதில் தொழிலாள வர்க்கத்தின் சீரான செயல்பாடு எப்படி கையாளப்பட வேண்டும் என்று எழுதினார். கட்சியின் மத்திய கமிட்டி இதனை ஆதரித்ததோடு அக்கட்டுரை, 'பிராவ்தா', 'இஸ்வேஸ்த்தியா' நாளேடுகளில் வெளியிடச் செய்தது.

மிகப்பெரிய செயற்கரிய செயல்களை செய்ய மக்களிடத்தில் இக்கட்டுரைகள் பெரிதும் உதவியது.

சோவியத் நாட்டின் எல்லா மக்களுக்கும், தொழிலாளர்களுக்கும், விவசாயிகளுக்கும், வளரிளம் பருவத்தினரும் வாழ்வியல் பயணத்தில் வெற்றிக் காண லெனின் விரும்பினார்.

ஜார் ஆட்சிக் காலத்தில் தாழ்வுற்று, வறுமை மிஞ்சி, குழந்தைகள் கல்வி பெறுவதை நீக்கி, உயர்நிலை பள்ளிப்படிப்பு வரை கொண்டு செல்ல எல்லா பள்ளிகளும், கல்லூரிகளும் உழைப்பாளிகளின் குழந்தைகளுக்காக திறந்து விடப்பட்டன. 'கற்றுக் கொள்ளுங்கள்! புத்தகங்களை படியுங்கள் - எல்லா நூலகங்களும் உங்களுக்காகவே' என்ற லெனின் முழக்கம் செயல்படுத்தப்பட்டன.

யுத்தம் ரஷ்யாவை சின்னாபின்னமாக்கியது. ஆனாலும் 'சிறந்த ரேஷன், சிறந்த உணவுப் பண்டங்கள், உங்களுக்கே' என்ற மக்களின் குழந்தைகளின் பால் அக்கறை கொண்டு உழைப்பாளிகளின் நலனை முன்னிறுத்தி வேறு எங்குமே எவருமே அக்கறையுடன் வழிகாட்டியது இல்லை.

ஜார் ஆட்சியின்போது, பூர்ஷுவாக்களால், நிலச்சுவான்தாரர் களால், பிரபுக்களால், மதபோதகர்களால் மக்கள் அடிமைகளாய் நாள்தோறும் பன்னிரெண்டு மணி முதல் பதினைந்து மணி வரை வேலை செய்து வந்தார்கள்.

சோவியத் ஆட்சி நிறுவப்பட்டதும் 'எட்டு மணி நேரமே வேலை' என்ற அரசாணையை கையொப்பம் செய்தார்.

ஆலைகளும், தொழிற்சாலைகளும், இருப்புப் பாதைகளும், சுரங்கங்களும், கனிம வளங்களும், பெட்ரோலிய கிணறுகளும், வங்கிகளும் அரசுடைமை ஆக்கப்பட்டன. நிலப்பிரபுக்கள், பூர்ஷு வாக்கள் விருப்பப்பட்டால் உழையுங்கள். இல்லையென்றால் வெளியேறுங்கள். உழைக்காதவனுக்கு உணவு கிடையாது என்று செயல்பட்டன.

சோவியத் நாட்டில் நிகழ்ந்த இத்தகைய அதிசயம் புரட்சிகர மக்களால் மேலும் மேலும் முன்னேறியது. இந்த புதுமைகளுக்கு புத்தெழுச்சியை வளர்த்தெடுத்தவர் லெனின் ஆவர். இவருக்கு கை கொடுத்து உதவியது கம்யூனிஸ்ட் கட்சி.

❖

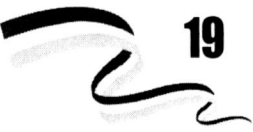

19

நேச நாடுகளும் மோசமான முயற்சிகளும்

தியாகத்தினால் தயவையும், தயவினால் அன்பையும், அன்பினால் படைப்பின் பெருமையும் மனம் உணர்வதால் எளிதில் மகா அமைதி அடைந்து ஏகாத்துவம் கொள்கிறது. மகா அமைதிக்குள் நுழைந்து விட்ட மனம் பின்பு எக்காரணத்தைக் கொண்டும் மீண்டும் திரும்பியது. இதுவே 'மகா சாந்தம்' என்றழைக்கப்படுகிறது.

புரட்சிக்குப் பின் லீதியா பியானோ வாசிப்பாளர், லெனின் இருக்கும் பட்சத்தில் ஜெர்மானிய இசை மேதை பித்தோவனின் ஒரு கிருதியை இசைப்பான். இது அவளிடம் லெனினிடம் பிடித்த ஒன்று.

புரட்சிக்குப் பின் மக்கள் கமிட்டியின் பொறுப்புகளை ஏற்றாள். பணி செய்வதே அவளது பணி ஆனது. மக்கள் கமிட்டியின் தலைவரான பின்பு அவர் கிரெம்ளினிலேயே வாழ்ந்தார். லெனின் அன்றாட பணிகள் என்ன? அவரது பணிக்கு என்னென்ன தேவை என அறிந்தும், உணர்ந்தும் செயலாற்றினாள்.

ஒரு நாள் அவள் லெனினிடம் தொலைவிலில் உள்ள கிரமத்தி லிருந்து பிரதிநிதிகள் வந்திருப்பதாகச் சொன்னாள்.

உடனே லெனின், ‘அழையுங்கள்! அழையுங்கள்!’ என்றார்.

கிராமத்து மக்களின் எளிமை உடனும், வெய்யிலிலும், காற்றிலும் திரிந்து அவர்கள் கறுத்திருந்தார்கள். அவர்கள் லெனினை கண்டதும் சற்றே அஞ்சினர். ஆனால் லெனின் அவர்களுடன் தோழமை உணர்வுடன் பழகவே அவர்கள் அச்சம் விலகியது.

லெனின் அவர்களை நெருங்கி வந்து அன்புடன் அணைத்து அமரச் செய்தார். ஒவ்வொருவரும் தமது எண்ணங்களை பகிர்ந்து கொள்ள உதவினார். அவர்கள், ‘நீங்கள் எங்களுக்கு மேலே உயர்ந்தவர். உங்கள் ஞானமோ அளவில்லாதது’ என்றனர் அந்த கிராமத்து மக்கள்.

அவர்களுக்கு விடையளித்த லெனின், “நீங்கள் எதிர்ப்பார்ப்பது போல் அவ்வளவு பெரிய ஆள் நான் இல்லை. உங்களது கிராமிய அறிவு, தெளிவு எனக்கு போதவே போதாது. உங்கள் கிராமத்து நிலவரங்களை உள்ளது உள்ளபடி சொன்னால் அதுவே போதும்” என்றார்.

‘சோவியத் புதிய ஆட்சி நிலப்பிரபுக்களிடமிருந்து நீங்கள் எங்கள் வசம் தந்ததே முதல் வெற்றி’ என்று ஆரம்பித்தான் முதலாமவன்.

‘அப்புறம் மேலே சொல்லுங்கள்’ என்றார் லெனின்.

“உங்களிடம் குலாக்குகளை பற்றி சொல்ல வேண்டும். அவர்கள் தாங்கள் காட்டிய புது வாழ்க்கையை நசுக்கி கொன்று விடுகிறார்கள். அவர்கள் சோவியத் மக்கள் அரசின் நண்பர்கள் அல்ல எதிரிகள்...” என்றனர்.

லெனினுக்கு இது குறித்து தெரிந்தும் அவர்கள் சொல்வதை செவி கொடுத்து கேட்டார். குலாக்குகளின் இத்தகையப் போக்குக்கு விவசாயிகளின் நிலங்களுக்கு எதிராக நடந்து கொண்டதற்கு எதிராக செயலில் அரசாணை வெளியிட்டார்.

குலாக்குகள் என்பவர்கள் யார்? குலாக்குகள் விவசாயிகள்தான். அவர்களில் சிலர் பணக்காரார்களும்கூட. இவர்கள் செல்வம் சேர்த்தது நேர்மையற்ற வழிகளில்தான். கள்ள வியாபாரத்தின் மூலம் செல்வம் படைத்தவர்கள்.

நாட்டுப்புற விவசாய ஏழை மக்களை பண்ணை ஆட்களாக ஆக்கி நிலத்தை பயிரிட செய்தனர். ஏழைகளுக்கு இதனால் போதுமான உணவும் கிடைக்காது. அவர்களிடம் கடன் பெற்றார்கள். இந்தக் கடனுக்காக அவர் நிலத்தை உழ வேண்டும்; வேறு வழி கிடையாது.

அடிமைச் சேவகனாக குலாக்குகளிடம் வேலை செய்ய வேண்டிய நிர்பந்தம். அவர்கள் நிலத்தில் பயிராகும் கோதுமை, ரவா தானியங்களை கள்ளத்தனமாக பதுக்கி வைத்து லாபம் சம்பாதிக்க கள்ள மார்க்கெட்டில் விற்றார்கள்.

நகரங்களிலோ உணவுப் பஞ்சம். தலைவிரித்தாடியது. பஞ்சத்தை போக்க முடியவில்லை. என்ன செய்வது? தொழிலாளர்களுக்கும் அலுவலக ஊழியர்களுக்கும் குழந்தைகளுக்கும் செஞ்சேனை வீரர்களுக்கும் உணவு அளிப்பது எப்படி?

கிராமங்களில் தானியம் இருக்கத்தான் செய்தது. ஆனால் குலாக்குகள் அதனை விலைக்கு கொடுக்கத் தயாராய் இல்லை. அவர்கள் தொடர்ந்து தானியத்தை பதுக்கி வைத்திருந்தனர்.

இதனை அறிந்து கொண்ட லெனின் தொழிலாளி தோழர்களை அழைத்திருந்தார்.

"தொழிலாளி தோழர்களே, ஆலைகளிலும் தொழிற்சாலைகளிலும் உணவுப்பொருள் சேகரிப்புக் கிடங்குகளை கைப்பற்றுங்கள். பல கிராமங்களுக்கு செல்லுங்கள். அங்கே ஏழைக் குடியானவர் கமிட்டிகள் செயல்படுகின்றன. அவை உங்களுக்கு ஆதரவானவை. நடுத்தர விவசாயிகளும் நம் பக்கமே இருக்கிறார்கள். கிராமங்கள் சோவியத் ஆட்சியை வலுப்படுத்துவது எப்படி என நீங்கள் கற்றுக் கொடுங்கள். குலாக்குகள் எங்கே தானியங்களை பதுக்கி வைத்திருக்கிறார்கள் என்று உங்களுக்கு அடையாளம் காட்டுவார்கள்" என்று கூறியதோடு கிராமங்களில் அதிகப்படி வைத்திருக்கும் கிடங்குகளிலிருந்து கைப்பற்ற அரசாணைப் பிறப்பித்தார்.

மக்கள் கமிட்டி இதனை உறுத்திப்படுத்தியது. புரட்சியின் ஆரம்பக் கட்டங்களில் லெனினும் சோவியத் ஆட்சியும் உடனடியாக செயல்

பட்டதால் தொழிலாளி மக்கள் பட்டினியிலிருந்து காப்பாற்றப் பட்டார்கள்.

•

*1918*ஆம் ஆண்டு ஒரு நாள் காலை மூர்முஸ்க் துறைமுகத்தில் பிரிட்டிஷ் போர்க் கப்பல்கள் நுழைந்தது. தொடர்ந்து பிரெஞ்ச் போர்க்கப்பல், அதன் பின்னே அமெரிக்கப் போர் கப்பல். சோவியத் கடற்கரையில் வேற்று நாட்டின் துருப்புகளும் வந்திறங்கின.

நேச நாடுகள் என்ற பெயரில் பிரிட்டன், பிரான்ஸ், அமெரிக்க யுத்தத்தில் இறங்கின. இவை பூர்ஷ்வா முதலாளிகளின் கூட்டுக் களவாளித்தனம். இவைகள் ரஷ்யாவின் அமைதியை, ஆட்சியைக் கவிழ்க்க செய்த சதி என்றே சொல்ல வேண்டும்.

நேச நாடுகள் சோவியத்தின் அர்ஹாங்கெல்ஸ்க் நகரை கைப்பற்றின. பெருந்தனக்காரர்கள் இதனை வரவேற்றனர். அவர்களின் ஒரே விருப்பம் சோவியத் ஆட்சி அதிகாரத்துக்கு முற்றுப்புள்ளி வைப்பதே. இதற்கு எதிராக புரட்சி எதிர்ப்புக் கலகம் மூண்டது. நூற்றுக்கணக்கான தொழிலாளர்களும் செம்படை வீரர்களும் மாண்டனர்.

பதுங்கியிருந்த பெரு முதலாளிகள் புத்துயிர் பெற்றனர். ஜாரின் ராணுவ அதிகாரிகள் மீண்டும் தங்கள் பதவி சின்னங்களை தரித்துக் கொண்டனர். காண்டாமணிகள் ஒலித்தன. தேவாலயங்களில் பாதிரியார்கள் தூபங்காட்டி பிரார்த்தனை செய்தனர்.

ரஷ்யத் தூர கிழக்கிலும், சைபீரியாவிலும் ஊரால் பிரதேசத்திலும் புரட்சி எதிர்ப்பாளர்கள் இவர்களுடன் கைகோர்த்து ருத்ர தாண்டவம் ஆடினார்கள். வோல்கா பிரதேசத்தை அவர்கள் நெருங்கினர். பகைக்கப்பல்கள் விளாதி வஸ்தோக் நகரில் துருப்புகளை இறக்கினர்.

சைபீரிய கிராமங்களில் குலாக்குகள் கலகம் செய்தனர். ஏழை விவசாயிகளை துன்புறுத்தினர். கம்யூனிஸ்டுகள் இரக்கமின்றி கொலை செய்தனர்.

பகைவர்களின் இரும்பு வளையம் சோவியத் குடி அரசை இறுக்கமாக நெருக்கியது.

லெனின் கிரம்ளினிலிருந்து தமது இருப்பிடத்துக்கு வெளியே வந்தார். நடைவழியில் ஒருவன் அலுவலரை அருகில் நின்றவன் ‘வணக்கம்’ என்றான். அது விடியல் நேரம். இன்றும் சூரியன் எழ வில்லை. அலுவல் அறையில் மாட்டப்பட்டிருந்த பெரிய உலக வரைபடத்தை அருகில் சென்று வெகு நேரம் பார்த்துக் கொண்டிருந்தார்.

அப்போது சண்டைகள் நடக்கும் இடங்களை அவர் அறிந்திருந்தார். போரில் களம் போன ஒவ்வொரு அதிகாரிகளையும் கமாண்டர் களையும் அவர் அறிந்திருந்தார்.

சோவியத் நாட்டுக்குள் பகைவர் புகுந்ததும் திறமைமிக்க எத்தனையோ படைத்தலைவர்கள் மக்களிடையே தோன்றினர்.

வஸீலீ இவானவீச், மெய்யான மக்கள் போராளி. அவரின் வீரத்தை யும் போர் சாதனைகளையும் ஏற்கனவே கதை கதையாக வழங்குவார்கள். கிளீம் வரஷீஸாவின் பெயர் மக்களிடையே புழக்கமானதுதான்.

லெனின் போர் முனைகளை மனத்தால் அளந்தார். வரஷீல்ஸ், புதியோன்னீ, ஸஸோ, கத்தோவ்ஸ்கீ, ஷோர்ஸ், துகச்சேவ்ஸ்கீ, ஃப்ளுஹெர்.....

வடக்கு போர் முனை, தெற்கு, கிழக்கு

கிழக்கே சைபீரியா, ஊரால், வோல்கா, கிழக்கு பகுதி தானியக் களஞ்சியம்.

நேச நாடுகளின் உதவியுடன் வெண் படையினரும் குலாக்குகளும் தானியம் செழித்த கிழக்கு பிரதேசங்களைக் கைப்பற்றி விட்டார்கள். தொழிலாளர்களையும், விவசாயிகளையும் பட்டினி யால் கொன்று விடுவதற்கு முயற்சித்தன.

“செஞ்சேனையின் பிரதான தாக்குதல் கிழக்குப் போர் முனையி லேயே நடக்க வேண்டும். வோல்கா பிரதேசத்திலும், சைபீரியாவி

லிருந்து வெண்படையினரை விரட்டி விட்டு, குலாக்குகளின் கொட்டத்தை ஒடுக்க வேண்டும்" என்று எண்ணமிட்டார் லெனின்.

லெனின் மேஜைக்கு எதிரே அமர்ந்து போர் முனை செய்திகளை, தகவல்களை மீண்டும் கவனமாகப் படித்தார். சக தோழர்களுடன் விவரமாக விவாதித்தார்.

காகிதங்களையும், கடிதங்களையும் ஷெல்ப் அடுக்கில் வைத்தார். 'தயவு செய்து உடனே அனுப்புங்கள்'

முகத்தில் ஒளிர்ந்த கலவரத்தையும் கவலையையும் யாரும் அறியாமல் பார்த்துக் கொண்டார்.

இராணுவத்தினர் அவரது அறைக்குள் வந்தனர்.

அவர்கள் செம்படை தொண்டர்கள் என்பதை அறிந்து கொண்டார். அவர்களில் ஒருவர் ஜாரின் சேனையில் ஜெனரலாக பணியாற்றியவர்.

அவர்களிடம் லெனின், 'நமது தாக்குதல் திட்டத்தைச் சொல்லுங்கள்' என்றார்.

தாக்குதல் திட்டத்தினை வரைபடம் மூலம் கோலால் அடையாளம் காட்டினார் ஜெனரல்.

'சரி, சரி' என்று தலையாட்டிய லெனின், 'நடவடிக்கை சரியாக அமைய வேண்டும்' என்றார்.

மேலும், 'சரியாக அமைந்தால் மட்டும் போதாது, வெற்றி பெறுவது தான் முக்கியம். என்ன நினைக்கிறீர்கள்' என்றார்.

திட்டத்தின் செயல்பாடுகளை நீண்ட நேரம் கவனத்துடன் பரிசீலித்தார்கள்.

'நிலைமை மோசமானதுதான் ஆனாலும் செஞ்சேனை வெற்றி பெறும்' என்று லெனின் அவர்களை அனுப்பி வைத்தார்.

❖

20

லெனின் மீது பாய்ந்த குண்டு

கடமைகளை தூய அறிவினால் அறிந்து கொள்ளாத வரையில் அறியாமையால் சிரமங்கள் தொடர்ந்து கொண்டுதான் இருக்கும். அந்த அறிவின் மேன்மையை எப்போதும் இருள் அணுகாது பூரணமாய் பிரகாசிக்கும்.

அன்று வெள்ளிக்கிழமை. ஒவ்வொரு வெள்ளிக்கிழமையும் கமிட்டி உறுப்பினர்களும் மக்கள் கமிட்டியினரும் தொழிலாளர் மத்தியில் பேச வேண்டும் என்று வழக்கம் ஏற்படுத்தப்பட்டிருந்தது. இது குறித்து லெனினுக்கு தகவல் தெரிவிக்கப்பட்டிருந்தது.

திடீரென பெத்ரோகிராடிலிருந்து தந்தி ஒன்றில் லெனினுக்கு வந்தது. புரட்சிக்கு எதிரானவர்களை எதிர்த்துப் போராடும் கமிட்டித் தலைவர் உரீத்திஸ்கீ கொல்லப்பட்டது என்பது அத்தந்தி வாசகம். சற்று நேரத்துக்கெல்லாம் லெனின் வெள்ளிக்கிழமை கூட்டத்துக்கு செல்ல வேண்டாம் என்று தடுத்தனர்.

லெனின், ''நன்றாய் தான் இருக்கிறது. ஓநாய்க்கு பயந்தால் காட்டுக்கே போகக்கூடாது'' என்று பதில் சொல்லியவாறு அலுவல் அறைக்குச் சென்றார்.

உரித்ஸ்கீ முன்னர் வலிதார்ஸ்கீயும் கொல்லப்பட்டார். இரண்டு தோழர்களை புரட்சியின் எதிரிகள். இன்னும் சிலரை ஒழித்துக்கட்ட முனைந்திருந்தார்கள்.

ஆனாலும் லெனினால் தொழிலாளர் கூட்டத்திற்கு செல்லாமல் இருக்க முடியவில்லை. 'தொழிலாளர் கூட்டத்தில் பேசிய பிறகே மக்கள் கமிட்டி கூட்டத்துக்கு போக நேரம் இருக்கும்' என்றார் லெனின்.

சமீபத்தில் கட்டப்பட்ட மரக்கட்டடத்தில் எறிகுண்டு தொழிற் கூடத்தில் தொழிலாளர்கள் குழுமியிருந்தனர். சிலர் அமர்ந்திருந் தனர். சிலர் இயந்திரம் அருகே நின்று கொண்டிருந்தனர்.

லெனின் உள்நாட்டு போர் குறித்துப் பேசினார். வெண்படை கும்பலுடன் நடைபெறும் போரினைக் குறித்து அளவளாவினர்.

தொழிலாளர்கள் தங்கள் தொழிற்சாலைகளை, தங்கள் அதிகாரத்தை பூர்ஷுவாக்களுக்கு விட்டுக் கொடுக்க மாட்டார்கள் என லெனின் நம்பினார்.

கூட்டம் முடிந்தது. தொழிலாளர்கள் சூழ தொழிற்கூடத்தில் இருந்து வெளியே வந்தார். கில் நொடியில் காரை முடுக்கி, உடனே புறப்பட கியர் போட்டார். கூட்டமோ ஒரேடியாக நெருக்கியது. லெனின் சட்டு புட்டென்று காரில் ஏறினால் தேவலை என எண்ணினார் கில்.

லெனினையோ ஆட்கள் சூழ்ந்து கொண்டிருந்தார்கள். நாலா பக்கங்களிலிருந்து லெனினை கேள்விக்கணைகள் தொடுத்தனர். உற்சாகம் பொங்க தொழிலாளர்களுக்கு பதில் அளித்துக் கொண்டிருந்தார்.

திடீரென ஒரு நெருப்பு நெடி, வெடியோசை. என்ன துப்பாக்கி வெடியா? என்று புரிந்து கொள்ளாமல் தடுமாறினார். இடது கையில் எதுவோ மோதியது. இன்னுமொரு வெடி. சுரீரென்று கழுத்தின் வலது பக்கம் துளைத்தது. லெனின் சாய்ந்தார். மூன்றாவது குண்டு மேல்கோட்டின் ஊடாக முதுகில் பாய்ந்தது.

லெனின் சாய்ந்தார்.

'லெனினை கொன்று விட்டார்கள்' என்ற கூச்சல் ஒலித்தது.

ஒட்டிய சூப்பிய முகம் கொண்ட ஒரு பெண் ரிவால்வரை தூர எறிந்து விட்டு முகப்பு பக்கம் ஓட்டம் எடுத்தாள். அந்தப் புரட்சி எதிர்ப்புக்காரியை பிடிக்க ஓடினார்கள்.

'லெனின்.....' என கூச்சலிட்டவாறு நெருங்கினார் கில்.

'வீட்டுக்கு' என்று வெளிறிய உதடுகளை அசைத்து முணுமுணுத்தார் லெனின்.

தொழிலாளர்கள் அவரைத் தூக்கி காரில் அமர்த்தினர். கூட்டத்தில் அமைதி சூழ்ந்தது. கில் காரை முழு வேகத்துடன் ஓட்டினார்.

'லெனின் உங்களை தூக்கிச் செல்கிறோம்' என்றார் கில். லெனின் மறுத்தார். வலி எடுத்தது. சட்டையில் ரத்தம் படிந்திருந்தது. மெதுவாக நடந்தார் ஒன்று பேசாமல் மூன்றாம் மாடிக்கு.

லெனின் சகோதரி மரீயா அலறி அடித்துக் கொண்டு ஓடி வந்தார்.

'விளாதிமிர்...! விளாதிமிர்...!'

"லேசான காயம் தான் பயப்படாதே... சரியாகிவிடும் பதப்பதப்பு அடையாதே மரியா, குருப்ஸ்காயாவிடம் சொல்லாதே, கலவரப் படுவாள்" என்று சிரமத்துடன் கூறினார் லெனின்.

குருப்ஸ்காயா வீட்டில் இல்லை. வேலைக்கு சென்றிருந்தார்.

மக்கள் கமிட்டி கூட்டத்துக்கு எல்லோரும் கூடினார்கள். விவரம் அறிந்தனர். கட்டம் போட்ட சால்வை விரித்து லெனினை தோழர்கள் படுக்க வைத்தார்கள். அவர் வலுவிழந்திருந்தார். முகம் மஞ்சள் நிறமானது.

வீட்டுக் கதவும் திறந்து வைக்கப்பட்டன. கலக்கமும் துக்கமும் பொங்க தோழர்கள் வந்து சூழ்ந்தார்கள். 'படுகாயமோ? அபாயமோ?' என ஆளாளுக்கு கதைத்தார்கள்.

அவர் படுகாயம் அடைந்திருந்தார். நிலமை படுமோசமானது.

குரூப்ஸ்காயா வீடு திரும்பினார். ஏன் இவ்வளவு கூட்டம்? என பதறினார்.

யாரோ அவருடைய உடலை உலுக்கினர்.

'உயிரோடு இருக்கிறாரா?' என்று சுருக்கமாக கேட்டனர்.

லெனின் அறையிலிருந்து முனகல் சத்தம் கேட்டது. குருப்ஸ்காயா முனகல் சத்தம் வந்தது. கண்ணீரை துடைத்து லெனின் அறைக்குள் போனார். லெனின் அவரைப் பார்த்து புன்னகைத்தார்.

"ஒன்றுமில்லை குருப்ஸ். ஒரு புரட்சிக்காரனுக்கு இது நேரக்கூடியது தானே. அற்பக்காயம். குணம் பெறுவேன்..." என்று சொல்லியவாறு கண்களை மூடினார். அவரது நாடி தளர்ந்து போனது. அவரது நிலைமை வர வர மோசமானது.

லெனினுக்கு மரணமுண்டோ?

●

தந்திகள் ஒலித்தன. குருப்ஸ்காயா, 'உடனே லெனினிடம் கொடுங்கள்' என்றார்.

தந்தி வாசகம் இதுதான், "அன்பார்ந்த லெனின் தங்களின் சொந்த நகரமான ஸிம்பீர்ஸ்க் கைப்பற்றப்பட்டது. உங்களின் காயத்துக்கு மருந்தாக ஸமாராவையும் மீட்போம்!" என்றிருந்தது.

லெனின் 'சபாஷ்' என கூவினார்.

உடனே பதில் தந்தி அடித்தார். செஞ்சேனை வீரர்களின் வெற்றியை வாழ்த்தினார். 'இந்தச் செய்தியைக் காட்டிலும் சிறந்த மருந்தில்லை. நான் விரைவில் குணமடைந்து விடுவேன்' என பதில் தந்தார்.

லெனின் உடல்நிலை சீரானது. 'பிராவ்தா' அவரைப் பணிக்கு அழைத்தது.

அதில் முற்றுகைக்கு உள்ளான பகுதிகளில் செஞ்சேனை தமது பயணத்தை தொடரட்டும். ஆலைகளிலும், தொழிற்சாலைகளிலும், அலுவலகங்களிலும், வயல்களிலும், இருப்புப் பாதைகளிலும் சோவியத் மக்கள் தங்கள் பணியை தொடரட்டும். செஞ்சேனைக்கு கரம் கொடுப்போம்.

"செஞ்சேனைக்கு அத்தியாவசிய தேவைகளை பூர்த்தி செய்வோம். அவர்களுக்குத் தேவையான உடைகள், காலணிகள், கோட்டுகள் எப்படி தயாரிப்பது? அதற்கான பொருள்களை திரட்டுவோம். பணக்காரர்களிடமிருந்து அதிகப்படியாக உள்ள கம்பளி ஆடைகளை கைப்பற்றுங்கள். உழைப்பாளிகள் இவர்களுக்கு தேவையான கடைசி துணி வரை பகிர்ந்தளிப்போம்" என்று எழுதினார்; ஊக்கத்தைத் தந்தார்.

ஒருபுறம் பஞ்சம் தலை விரித்தாடியது. சோவியத் மக்கள் அரசு புதிய சட்டத்தை இயற்றியது. குடியானவர்கள் தங்களுக்கு தேவையானதை எடுத்துக் கொண்டு உபரியாக உள்ள தானியத்தையும், உணவுப் பண்டங்களையும் அரசாங்கத்துக்குத் தர வேண்டும்.

விவசாயிகள் மாவு, குறுநெல், இறைச்சி, வெண்ணெய், உருளைக் கிழங்கு எல்லாவற்றையும் செஞ்சேனைக்காக வாரி வழங்கினார்கள்.

மக்கள் அனைவரும் செஞ்சேனைக்காக உழைத்தார்கள். உணவுப் பொருள்களும் குறைந்த அளவில் இருந்ததால் ரேஷன் முறை அனுசரிக்கப்பட்டது. போக்குவரத்து சாதனங்கள் நாட்டின் பாதுகாப்புக்கு துருப்புகளை ஏற்றிச் செல்ல பயன்படுத்தப்பட்டன. அனுமதி சீட்டு இருந்தால்தான் பயணம் மேற்கொள்ள முடியும். இந்த அமைப்பை 'போர்க்கால கம்யூனிசம்' என அழைத்தார் லெனின்.

லெனின் விபத்திலிருந்து தப்பித்தாலும் உடல்நிலை பாதிக்கவே செய்திருந்தது. ஆனால் அவரின் மனஉறுதி வியப்பினை தந்தது.

கடினமான அந்தக் காலத்தில் சோவியத்தின் வளர்ச்சி பலவீனமாகவே இருந்தது. பள்ளிகள் பூங்காவிலே நடந்தது. தூய காற்று சுவாசித்தனர்.

லெனினுக்கு பணிச்சுமை கூடியது. குரூப்ஸ்காயாவுடன் மாலை வேளையில் பார்வையிட்டார்.

அன்று ஞாயிற்றுக்கிழமை. ஆயினும் மக்கள் நடமாட்டம் நிறைந்தே காணப்பட்டது. ஓட்டுநர் கில் காரினை சமாளித்தபடி ஓட்டிச் சென்றார்.

ரயில்வே பாலத்துக்கு அருகில் மூவர் காரை வழிமறித்தனர். 'நிறுத்து! இல்லையேல் சுட்டு விடுவோம்' என்றனர்.

கில் அவர்களை கடக்க விரும்பினார். லெனின் அவர்களிடத்தே நிறுத்தச் சொன்னார். கார் நின்றது. 'இறங்குங்கள்' என மெஷின்கன்னுடன் மூவரும்.

'நான் லெனின்' என்றார்.

அவர்கள் சட்டை செய்யவில்லை. லெனினின் அடையாள அட்டையையும், துப்பாக்கியையும் பறித்துக் கொண்டு காரை எடுத்துச் சென்றார்கள்.

லெனின் கோபம் கொண்டு, 'வெட்கம், நாம் இத்தனை பேர் இருந்தும் காரை பறிகொடுத்தோமே' என்றார்.

கில், 'தங்களை கொன்று விடுவார்களோ என்ற பயத்தினால் நான் அவர்களை சுடவில்லை' என்றார்.

'ஆமாம், இந்நிலையில் சண்டை போடுவது அழகல்ல, சக்திகள் மிகவும் சமமானதுதான்' என்று லெனின் புன்னகைத்தார். குருப்ஸ் காயும் கில்லும் சிரித்தனர்.

'கொள்ளையர்களிடம் நாம் பறி கொடுத்தது. இந்தப் பாத்திரம் ஒன்றுதான்' என்றார் நகைச்சுவையுடன்.

அருகில் இருந்த மக்கள் கமிட்டி அலுவலகத்துக்குச் சென்று நடந்ததை தெரிவித்தனர். அவர்களை தேடி புரட்சிப் படையினர் சல்லடை போட்டுத் தேடி இறுதியில் பிடித்தும் விட்டார்கள்.

பள்ளிகள் குரூப்காயா தலைமையில் செம்மையாக இயங்கின. அந்தப் பனிக்கால வெண்பனி போர்த்த உடம்புடன் லெனின் அப்பள்ளிக்குச் சென்றார். 'வெண்பனி தாத்தா' என சிறார் சிறுமியர் சூழ்ந்து கொண்டனர்.

விழா களை கட்டியது. புத்தாண்டு மரத்தைச் சுற்றி வந்து பாட்டு பாடினர்; எலியும் பூனையும், கண்ணாம்பூச்சி, ஓடி ஒளிந்தும் விளையாடினர். லெனினும் அவர்களுடன் தெவிட்ட, தெவிட்ட விளையாடினார்.

இரண்டு மணிக்கு முன் ஆபத்தில் சிக்கியதை மறந்து லெனின் விளையாடுவதை கண்ட குரூப்ஸ்காயா, 'நீங்கள் அச்சமற்றவர்; அதனால்தான் துன்பம் நேர்ந்தாலும் இன்பமாய் இருக்கிறீர்' எனப் பாராட்டினார்.

❖

21
அடி மேல் அடி

நம் மகாகவி பாரதி, "மத்தளத்துக்கோ இரு பக்கம் இடி ஸ்ரீமான் லெனினுக்கோ திரும்புகிற பக்கம் எல்லாம் இடி" என்பது போல் சோவியத் நாட்டில் லெனினின் சோவியத் புரட்சிக்குப் பின் அவர் சுடப்பட்டபின் புதிய நோய் வியாபித்தது.

சாவினை எதிர்கொள்ளும் டைபாய்டு காய்ச்சல், பேன்கள் எங்கும் பரவின. மக்கள் மடிந்தனர். மருத்துவமனைகளும் அப்போது குறைவே. மருந்துகள் கிடைக்கவில்லை ; போதுமான இருப்பு இல்லை.

உற்றத்தோழர் மார்க் நோயினால் தாக்குண்டு மரணத்தைத் தழுவினார். இரண்டு தோழர்களின் கல்லறைக்குப் பக்கத்தில் அடக்கம் செய்யப்பட்டார்.

மார்க் லெனினின் சகோதரர் அலெக்சாந்தரின் உற்றத் தோழர். அவரது மரணத்துக்குப் பின் லெனினின் குடும்பத்தில் ஒருவராக இணைந்தவர்.

மேலும் அகில ரஷ்ய மத்திய நிர்வாகக் கமிட்டி தலைவர் யாக்கவ் இந்நோயினால் பாதிக்கப்பட்டு மரணித்தார். இந்நோய் ஸ்பெனியிலிருந்து பரவி சூறைக்காற்றாய் வீசியது.

அதோடு பஞ்சம், உள்நாட்டு போர், விபத்துக்கு மேல் விபத்து சோவியத் ஆட்சி விழுந்து விடும் என மேலை நாட்டு பத்திரிகைள் தலையங்கம் தீட்டின.

லெனின் உற்ற தோழர்கள் சிலரும் இந்நோயினால் பாதிக்கப் பட்டனர். ஆயினும் நிலை குலையாது இதனை எப்படி எதிர்நோக்க வேண்டுமென்று, 'நம்பிக்கைக்குரிய தோழர்களே, திறமையுள்ள தோழர்களே என்னை விட்டுப் போய் விடாதீர்கள்' என்று மனதுக்குள் பிரார்த்தித்துக் கொண்டார்.

அப்படிப்பட்ட தோழர்களில் ஒருவர் ஸ்வெர்திலோ. அப்போது அவருக்கு வயது முப்பத்தி மூன்றுதான். இளமையும் உடல் திராணி யும் பொருந்தியவர். நோய் பாதித்தும் மக்களுடன் பேசியும், புரட்சிக்கான வழியையும் உணர்ச்சி பெருக்குடன் தோழர்களுடன் பழகினார்.

அவர் உடல்நிலை மேலும் பாதிக்கப்பட்டு நலிந்த அவர் கைகளைப் பற்றி கண்ணீர் மல்க தொண்டை அடைக்க அவர் விடைபெற்றார்.

இந்நிலையிலேயே சோவியத் சமூகம் பயணித்தாலும் அதனை எப்படி மீட்டெடுப்பது, வலுப்படுத்துவது என்பதிலேயே கவனம் செலுத்தினர்; காரியத்தில் இறங்கினார் லெனின்.

●

இந்நிலையில்தான் பகைவர்களின் ஆறு போர் முனைகள் சோவியத்தை சூழ்ந்தனர். சோவியத் மக்கள் தங்கள் ஆலைகளில் தொழிற்சாலைகளில் மாதர்கள், குழந்தைகள், தொழிலாளர்கள் வெறுத்த முகத்துடன் உலர்ந்த விழிகளுடன் கூடி நின்றனர்.

அவரவர்க்கு கிடைத்த உடைகளை தரித்து தங்கள் பொருட் களையும் துப்பாக்கிகளை தோளில் தொங்க தங்கள் பணியில் ஈடுபட்டனர்.

'அணிவகுக்க! செஞ்சதுக்கத்தை நோக்கி பயணிக்க!' என்ற உத்திரவிட கிரெம்ளின் மதிற்சுவர்களை, வெள்ளை சிவப்பு தலை குட்டைகள் அணிந்து மக்களும், மாதர்களும், செஞ்சேனை வீரர்களும் நடந்தனர்.

சிறார்களும் செம்படை வீரர்களுக்கிடையில் புகுந்து போட்டிப் போட்டுக் கொண்டு, 'எங்கள் தந்தையிடம் எவ்வளவு பெரிய துப்பாக்கி' என்றும், 'மெஷின்கன்னால் பூர்ஷுவாக்களை சுட்டுக் கொள்வார்' என்றும், 'இடைவார் முழுதும் குண்டுகளுடன் எதிரி களை ஒழிப்பார்' என்றும் கதைத்தபடி அவர்களுடன் நடை பயின்றனர்.

"நான் உழைப்பாளி, மக்களின் மைந்தன், சோவியத் குடியரசின் பிரஜை, தொழிலாளர், குடியானவர் சேனையின் படை வீரன்" என்ற முழக்கத்தோடு தோழர்களுடன் செஞ்சதுக்கம் சென்றார் லெனின்.

செஞ்சேனைப் படைப்பிரிவுகளும் அனைத்து மக்களின் இராணுவ படைப்பிரிவுகளும் செஞ்சதுக்கத்தில் கூடின.

'நிலப்பிரபுக்கள், முதலாளிகளின் கொடிய கொள்ளைக் கூட்டத்தை தகர்ப்போம்' என பதாகை கொட்டை எழுத்தில் பொறிக்கப் பட்டிருந்தது.

லெனின் செஞ்சேனை கமாண்டர்களுடன் படைவீரர்களுடன் பார்வையிட்டு மேடை மேல் ஏறி நின்றார்.

ஒவ்வொருவர் உள்ளத்திலும் துயரமும், மகிழ்ச்சியும், வருங்கால நம்பிக்கை ஒளிக்கீற்றும் ஒளி மிளிர லெனின் உரைக்கு, உத்தரவுக்கு காத்திருந்தனர். சதுக்கத்தில் நிசப்தம் நிலவியது.

லெனின் உரை இதுதான் : முன்பெல்லாம் படைவீரர்கள் ஜார் மன்னனையும், பூர்ஷுவாக்களையும் காப்பதற்கு கற்பிக்கப் பட்டனர். இப்போதோ செஞ்சேனை வீரர்கள் தங்களையும், தங்கள் வீடுகளையும், குழந்தைகளையும் காக்கப் போரிடுகிறார்கள். அவர்கள் நம் அரசை நிலப்பிரபுக்களிடமிருந்தும் பூர்ஷுவாக் களிடமிருந்தும் காக்கப் போரிடுகிறார்கள் - என செஞ்சேனை

படைவீரர்கள் உளப்பாங்கை, மனைவிமார்களின் உளத்தவிப்பை, எண்ண ஓட்டங்களை மனம் விட்டு பேசினார்; கதைத்தார்.

கூட்டம் முடிந்ததும் செம்படைப் பிரிவுகள் ரயில் நிலையம் சென்று போர்முனை பயணத்துக்கு தயாராயினர்.

சோவியத் புரட்சி இயக்கத்தின் செஞ்சேனை படைவீரர்கள், மக்கள் கமிட்டி உறுப்பினர்களின் எண்ணிக்கை குறைந்தாலும் லெனின் அவர்களை உற்சாகமூட்டி வழிநடத்தினார்.

லெனின் சொல்வாராம், 'பெரிய கரப்பானைவிட சிறிய மீனே மேல். நாங்கள் சின்ன மீன்கள்' என்று சொல்லி சிரிப்பாராம்.

மக்கள் கமிட்டி உறுப்பினர்கள் நேரம் தவறாமல் நாள்தோறும் கூடி விடுவர். அன்றன்றைய செயல்பாடுகளை அவரது கவனத்துக்கு காட்டி விடுவார். பார்வையிட்டு குறிப்புகள் சேர்த்து மேல் பார்வைக்கு நிர்வாகக் கமிட்டிக்கு அனுப்பி வைப்பார்.

மக்களின் அன்றாட தேவைகள், பிரச்சனைகள் அவ்வப்போது விசாரிப்பார். குறை, நிறைகளை செப்பனிடுவார். மக்களின் அன்றாட தேவைகளான ரொட்டி, உப்பு, வெண்ணெய் போன்றவை கொடுக்கப்பட்டது. குறிப்பாக இளம் சிறார்கள், முதியோர்களுக்கு தோழர்கள் நேரடியாய் கொண்டு சேர்க்க கமிட்டித் தோழர்களுக்கு லெனின் உத்தரவிட்டார்.

மக்களோடு மக்களாய் தன் தேவைகளை பகிர்ந்து கொண்டார் லெனின்.

அதிகாலையிலேயே எழுந்து விடுவார். குருப்ஸ்காயா, தனது சகோதரி, அவரது உதவியாளர் ஸான்யா ஆகியோரை எழுப்பாமல் தனக்குத் தேவையானதை சமையல் கட்டடுக்குச் சென்று கெட்டிலில் டீ, உருளைக்கிழங்கை வேக வைத்து தனது காலை சிற்றுண்டியை முடித்துக் கொள்வார்.

ஸான்யா எழுந்து, 'உங்களுக்கு ஏன் இந்த வேலை' என கண்டித்தும், உங்களுக்கு எழுதத் தக்கதும், படிக்கத் தக்கதும்தான் வேலை என்பார்.

'ஒரு நாள் கைகளாலும் வேலை செய்து சோவியத் மக்களுக்கு தேவையானதை நான் செய்யக் கூடாதா?' என்று புன்சிரிப்புடன் கேட்பார் லெனின்.

வேகமாக காலை உணவை முடித்துக் கொண்டு அலுவலுக்கு புறப்பட்டு விடுவார்.

1920 ஆம் ஆண்டு மே தினம் அகில ரஷ்ய மக்கள் தங்கள் விருப்பத் தொண்டு நாளாகப் பேணி எல்லா பகுதிகளிலும் மக்கள் வீதி களிலோ, தொழிற்சாலைகளிலோ மக்களின் பயன்பாட்டுக்கு ஏதேனும் ஒன்றைச் செய்தனர்.

மக்கள் தொண்டு பயிற்சி மாணவர்களுக்கு பயிற்சியின் தலைவர் மைதானத்தில் உள்ள கட்டைகள், பலகைகள், பிற கூளங்களை அகற்றி சுத்தப்படுத்தினர்.

அவ்விடத்துக்கு வந்த லெனின், 'தங்கள் கீழ் வேலை செய்ய வந்திருக்கிறேன். விருப்பத் தொண்டில் நானும் இணைந்து கொள் கிறேன்' என்று விரைப்பாக அவர்கள் எதிரில் நின்றார்.

'வரிசையில் வந்து நில்லுங்கள்' என உத்தரவிட்டார் கமாண்டர்.

கிரெம்ளின் மணி கூண்டிலிருந் உரத்த ஒலி வீசியது. கனமான கட்டைகள் ஆறு ஆட்கள் சேர்ந்து தூக்கினர். அவர்களில் ஒருவராய் தன்னையும் இணைத்துக் கொண்டார். மாணவர்கள் ஆச்சர்யத் துடன் இதனைக் கண்டனர்.

'தோழர் லெனின் உங்களை இப்படி சுமக்க விடலாமா?' என மாணவர்கள் முன் வந்தனர்.

'நீங்கள் சுமக்கும்போது நான் சுமக்கக் கூடாதா?' என புன்முறுவலுடன் பதில் அளித்தார்.

'நீங்கள் போங்கள் தோழர் லெனின். நீங்கள் இல்லாமல் நாங்கள் சமாளிப்போம்' என்று கூடவே ஓடியவாறு வந்த மாணவன்.

'வேண்டாம்... வேண்டாம்... என்னை அனுப்பி வைக்க பார்க்கா தீர்கள். நான் போக மாட்டேன்' என்று அடம் பிடித்தார்.

கலக்கமடைந்த மாணவன், 'நீங்கள் என்னைவிட அதிக வயதானவர் தோழர். உங்களுக்குத் தகாது!' என்றார்.

லெனின் சிரித்தவாறு விரலை ஆட்டியபடி, 'நான் உன்னைவிட வயதில் பெரியவன் என்றால் என்னுடன் வாதம் புரிய வா பார்க்கலாம்' என்றார். மாணவர்கள் உற்சாகத்தில் திளைத்தனர்.

மக்களும், தொழிலாளர்களும், விவசாயிகளும், செஞ்சேனை படையினரும் மே தின கொடியேற்றி, 'போராட கற்றுத் தந்தவர் யார் இங்கே' என மே தின கீதம் பாடினர்.

மாலை இதுபோன்ற இடங்களில் மே தின கொடிகளை ஏற்றியும், கார்ல்மார்க்ஸ் நினைவு சின்னத்துக்கு அஞ்சலி செலுத்தியும் உணர்ச்சி உணர்வு பொங்க சொற்பொழிவு ஆற்றியும், விடுதலை பெற்ற உழைப்புக்கு கடைக்கால் நாட்டியும், தொழிலாளர் மாளிகை திறந்தும் மக்களிடத்தில் கொண்டாடி மகிழ்ந்தார்.

களைப்பினால் லெனினின் கைகளும், கால்களும் உளைத்தாலும் உள்ளத்தில் இன்பப் பரவசம் கொண்டார்.

22

'வெல்ஸின்' சூளுரை

சோவியத் இளங் கம்யூனிஸ்டுகளின் மூன்றாவது மாநாட்டில் பேச லெனின் புறப்பட்டார். இரண்டு ஆண்டுகளே ஆன இவ்விளம் காங்கிரஸ் இளைஞர்கள் அவரின் பேச்சை ஆவலுடன் எதிர் பார்த்திருந்தனர். இவர்கள் பெரும்பாலும் ஏழை தொழிலாளர், விவசாயிகளின் புதல்வர்கள்.

“நாங்கள் புரட்சி செய்தோம். ஆயினும் கம்யூனிச சமூகத்துக்கு தேவையான அளவில் செயல்பட எங்களுக்கு வாய்ப்பது சந்தேகமே. இளம் தலைமுறையினர் அதனை செய்து முடிப்பார்கள்” என லெனின் நம்பிக்கைக் கொண்டிருந்தார்.

1920ஆம் ஆண்டு அக்டோபர் 2ஆம் தேதி 'மாலயா திமித்ராவ்கா' என்ற இல்லத்தில் ஆடம்பரமின்றி வண்ணம் பூசாத மேடை மட்டுமே காட்சியளித்தது.

ஒரு போஸ்டரில் செம்படை வீரன் ஒருவன் விரலால் சுட்டியவாறு, 'நீ விருப்பத் தொண்டனாய் படையில் சேர்ந்து விட்டாயா?' என எழுதப்பட்டிருந்தது.

பல இளம் கம்யூனிஸ்டுகள் போர் முனையிலிருந்து நேராக அவ்விடத்துக்கு வந்திருந்தார்கள். இதில் மாணவர்கள் இல்லை. சிலருக்கு எழுதப் படிக்க தெரியாது. ஏன் பள்ளிப் பாடப்புத்தகங்களை தொட்டுக்கூட பார்த்தது கிடையாது. ஆனால் போரில் எதிரிகளை துவம்சம் செய்தவர்கள். குலாக்குகள் பதுக்கி வைத்திருந்த தானியங்களை எடுத்து மக்களுக்கு விநியோகித்தவர்கள்.

லெனின் வரவை ஆவலோடு எதிர்பார்த்து காத்திருந்தார்கள். லெனின் என்ன சொல்லப் போகிறார், வீரச்செயல்களுக்கு அழைப்பு விடுப்பாரோ என்று காத்திருந்தனர். எதிரிகளை விரட்டி அடித்தாயிற்று. ஆயினும் உள்நாட்டுப் போர் இன்னும் முடியவில்லை.

'சோவியத் ஆட்சியை காப்பாற்றுவோம்' என்ற பாடல் அவ்விடம் முழுதும் ஒலித்தது.

துணிவுடன் சென்று போரிடுவோம்
உடல், பொருள், ஆவியை நல்கிடுவோம்

எனப் பாடலை பாடிக் களித்தனர்.

'லெனின்' என்ற கூக்குரல் ஒலித்தது. இளம் கம்யூனிஸ்டுகள் துள்ளிக் குதித்தனர். லெனின் மேடையில் நின்றவாறு, கைத்தட்டலை நிறுத்தும்படி கைகளை உயர்த்தினார்.

லெனின் ஓரிடத்தில் நிற்காமல் நடந்தவாறு, "விரைவில் உள்நாட்டுப் போரை முடித்து விடுவோம். எதிரிகளை வென்றெடுப்போம். நமது கட்டுமான பணிகளை தொடங்க வேண்டும். தொழிற்சாலைகள், ஆலைகள், டிராக்டர்கள், விமானங்கள், இயந்திரங்கள் இயங்க வேண்டும். நாட்டை மின்மயமாக்க வேண்டும்.

தொழிலாளர்களுடனும், விவசாயிகளுடனும் இரண்டறக் கலந்து ஒரு உண்மையான கம்யூனிஸ்டாக ஆக வேண்டும். பழைய சமூக அமைப்புக்கு எதிராக பாட்டாளி வர்க்கம் நடத்தும் போராட்டத்துடன் வாழ்க்கையில் ஒவ்வொரு செயலையும் இணைத்துக் கொள்வதும், புதிய கம்யூனிஸ சமுதாயத்தை படைப்பதே நமது குறிக்கோள்" என்றார் லெனின்.

லெனினின் அலுவலர் அறையில் பிரபல எழுத்தாளர் வெல்ஸ் நவீன ஆடம்பரமான உடை அணிந்திருந்தவாறு அமர்ந்திருந்தார். லெனின் அவரது நவீனங்களை நன்கு கற்றவர். வறுமை என்ன என்றே தெரியாத தோற்றப் பொலிவு.

ரஷ்யாவில் தாம் கண்ட, கேட்ட, கற்ற அனுபவங்களை லெனினுடன் பகிர்ந்து கொண்டார். தொழிற்சாலைகள், விவசாய குடியானவர்கள், பள்ளிகள் இவைகளை கண்டதும் அவைகளின் பின்னடைவையும் கண்டு அவர்களுடன் கேள்விக்கணைகள் தொடுத்து அவர்களின் பதில் அவரை மலைக்க வைத்தது.

சீரழிவு, பஞ்சம், எரிபொருள் இல்லை. விளக்கு வசதிகள் இன்மை குறித்து லெனினிடம் விவாதித்தார்.

லெனின் இவைகளை மீட்டெடுக்க செய்ய வேண்டிய பணிகளை, செயல்பாட்டினை அதன் எழுச்சிகளை அவரிடம் பகிர்ந்து கொண்டார்.

தனது தோழர்களுடன் செயல் திட்டத்துக்கு உழைக்கும் சகாக்களிடம் தமது திட்டங்களைச் சொன்னார்.

'ஆம், நாங்கள் மின் நிலையங்கள் அமைப்போம், தொழிற்சாலைகளுக்கு மின்சாரம் வழங்குவோம், மின்சார ரயில்கள் இயக்குவோம்' என நம்பிக்கையை அவர் மனத்தில் விதைத்தார்.

'அற்புத மனிதர்! கற்பனை கனவு காணும் மாஸ்கோ வாசி' என எண்ணமிட்டார் வெல்ஸ்.

1920 டிசம்பர் மாதம் தனது கனவை நனவாக்கும் நோக்கத்துடன், மின்சார மயமாக்கும் திட்டத்தின் வரைபடத்தை மேஜை மேல் விரித்தவாறு, 'மின்சார மயமாக்கும் திட்டம் இது. ரஷ்யாவை எவ்வாறு சீரமைக்கப் போகிறோம்' என்பது தமது உடன் மின் இணைப்பாளரிடம் விவாதித்து, 'இன்னும் பத்து ஆண்டுகளுக்குப் பின் திரும்ப வாருங்கள் வெல்ஸ். அப்போது பாருங்கள்....' என்றார்.

இதனின் பொறுப்பை பொறியியல் அறிஞர் பூனோவஸ்கி முதல் மின் திட்டம். இரண்டாவது, மூன்றாவது எங்கே நிறுவப்படும்

என்பதை செயல்திட்டம் மூலம் விவரித்தார். இதில் ரஷ்யாவின் தொழில் துறை, விவசாயத் துறை, ரயில்வே எவ்வாறு புத்துயிர் பெற்று எழும் என்பதையும் விவரித்தார். அது சோவியத் மக்கள், தொழிலாளர் முன் முயற்சியால் சாதனைப் படைத்தது.

அநேகமாக நாடு முழுவதும் போர் முடிவுக்கு வந்தது. சமாதான காலத்துக்கு ஏற்ற புதிய கொள்கையை, செயல் வடிவினை முன்வைத்தார் லெனின்.

இச்செயலில் மக்கள் நிறைவேற்றும்போதே மற்றொரு பயங்கர மான இயற்கை பேரிடர், விபத்து சூழ்ந்தது. பனிப்புயலால் விளைநிலங்கள் பாழ்பட்டன. பட்டினிச் சாவு லட்சோபலட்சம் மக்கள் எதிர்கொள்ள வேண்டிய நிலை.

இதனை எதிர்கொள்வது குறித்து லெனின் தோழர்களுடன் விவாதித்தார். பட்டினி கிடப்போருக்கு உதவுவது எப்படி? செயலாக்கம் கொள்வதற்கு வழி என்ன? 'தோழர்களே உள்ளவற்றை மற்றவர்களுடன் பகிர்ந்து கொள்ளுங்கள்' என்றார்.

உக்ரேவ்னாவில் விளைச்சல் செழித்தது. அம்மக்களுக்கு கடிதம் எழுதினார்.

'உதவி தேவை, விரைந்து உதவுங்கள்.'

பெரிய நாட்டு தொழிலாளர்களுக்கு கோரிக்கை விடுத்தார். பஞ்சத்தில் சிக்கியவர்களுக்கு உதவ, ஒரு கமிட்டி நியமித்தது. இதற்கு பொறுப்பாக கலீனை நியமித்தார்.

'அக்டோபர் புரட்சி' என்ற விசேச ரயிலில் கலீன் வோல்கா மாநிலம் சென்றார். 'குழந்தைகள் பற்றி அக்கறை செலுத்த வேண்டும். குறிப்பாக குழந்தைகள் தயவு செய்து' என்றார் லெனின்.

லெனின் குரலில் உள்ள சோகத்தை உணர்ந்த கலீன், 'அனைத்து சக்தியை பயன்படுத்துவோம்; அனைத்தையும் செய்வோம்' என்றார்.

லெனின் சோவியத் அரசு மக்களின் பஞ்சத்திலிருந்து சாத்தியமான தற்கு மேலாகவே செயல்களை செய்திருந்தது. ஆனாலும் கஜானா காலி. இருப்பினும் வெளிநாடுகளில் இருந்து விவசாயத்துக்கு

விதைகள் வாங்க ஒரு கோடி 20 லட்சம் ரூபின் ஒதுக்க உத்தர விட்டார்.

தொழிலாளர்கள் மக்கள் கமிட்டிக்கு கடிதம் எழுதினார்கள்.

“தோழர் லெனின், நம் ரஷ்யாவில் ஆயிரமாயிரம் சர்ச்சுகள் இருக்கின்றன. ஒவ்வொரு சர்ச்சிலிலும் தங்கச் சிலுவைகளும் விலை உயர்ந்த மற்றப் பொருட்களும் கிடக்கின்றன. அவற்றை எடுத்து பசித்திருப்போருக்கு உணவு வழங்கினால் என்ன?”

‘பலே!’ அவர்களின் யோசனையை வரவேற்று செயல்படுத்தினார்.

பஞ்சப் பிரதேசங்களிலிருந்து பல ரயில்கள் பல்வேறு நகரங்களுக்கு சென்றன. முன்னால் பிரபுக்கள், முதலாளிகளின் மாளிகைகள் சிறார்களின் இல்லமாயின. அவர்களின் சொத்துகள் பறிக்கப்பட்டு வறுமையில் வாடும் மக்களுக்கு விநியோகிக்கப்பட்டன.

லெனின் இத்தகைய அசகாய முயற்சி இரவு பகல் பாராமல் கண் துஞ்சாமல் தொடர்ந்தன.

கலினீன் உதவியுடன் இத்தகைய செயல்களை செய்து முடிக்க நள்ளிரவு ஆகி விடும். வீட்டுக்குள் வந்ததும் சகோதரி மரியா உணவளிப்பாள்.

அவரது மேஜை மேல் ஒரு மூட்டை பார்சல் கிடந்தது. ‘தாம்போவ்’ கிராமத்து விவசாயிகள் மாட்டிறைச்சியும் கொழுப்பும் அனுப்பி ‘ருசி பாருங்கள், உடம்பை வலுப்படுத்துங்கள்’ என்ற கடிதத்துடன் அனுப்பி வைத்தனர்.

‘நாம் என்ன செய்யலாம் தெரியுமா?’ என்று மூட்டையைக் காட்டியவாறு, “சுவாஷ் இனக் குழந்தைகள் மாஸ்கோவுக்கு வந்திருக்கிறார்கள். இதை அப்படியே அனுப்பி வைப்போம்” என சகோதரிக்கு சொல்லி, சோர்ந்த முகத்துடன் அனுப்பி வைத்தார்.

❖

23

புதிய பொருளாதாரக் கொள்கை

லெனினைக் காண எந்நேரமும் தொழிலாளர்கள், விவசாயிகள், செம்படை வீரர்கள், பாமர மக்கள் என எந்நேரமும் யாராவது வந்து கொண்டே இருப்பார்கள். அவர்களுடன் கலந்துரையாடுவதும், யோசனைகள் சொல்வது, அவர்களது பிரச்சனைகளை மக்கள் கமிட்டியில் வைத்து சீர் செய்வது அவருக்கு நாளில் 18 மணி நேரம் வரை வேலை செய்தார்.

இப்போது போர் நிறைவுக்கு வந்துவிட்டது. கிராமங்களில் இருந்து விவசாயிகள் லெனினைக் காண வந்தனர். லெனின் மகிழ்ச்சி அடைந்தார். 'என்ன செய்ய வேண்டும், உங்கள் ஆலோசனை என்ன?' என கேட்டறிந்தார்.

'உபரி வரி விதிப்பை ரத்து செய்ய வேண்டும். அதற்குப் பதில் தீர்வை விதிக்க வேண்டும்' என்றார்கள்.

அன்றாடத் தேவைகள் அனைத்தும் நிலத்திலேயே கிடைக்குமா? சோப்பு, மண்ணெண்ணெய், துணிகள், அரிவாள், கலப்பை, அறுவடை இயந்திரம் ஆகியவை வயலில் விளையுமா? எனவே தொழிற்சாலைகளில் உற்பத்தியைப் பெருக்க வேண்டும்.

தொழிலாளர், விவசாயிகள் நடத்த இத்தகைய உரையாடல்கள், ஆலோசனைகள், சொந்த சிந்தனையின் வெளிச்சத்தில் பிறந்தது புதியப் பொருளாதாரக் கொள்கை.

கட்சியின் பத்தாவது காங்கிரஸில் புது பொருளாதாரக் கொள்கை திட்டத்தை உறுதிப்படுத்தியது. சில எதிர்வினைகளும் விவாதிக்கப் பட்டது.

ஒருங்கிணைப்புடன் கூட்டாக, சமாதான சகவாழ்வை சீர்படுத்த லெனின் விரும்பினார். சிலர் புது வாழ்வை நிறைவேற்ற இடையூறு ஏற்படுத்தினார்கள்.

லெனின் அவர்களை எதிர்த்து எவ்வித சமரசமின்றி சமர் புரிந்தார்.

பெரும்பாலான கம்யூனிஸ்டுகள் அவருக்கு பக்கபலமாய் இருந்தனர். கட்சியை சோவியத் மக்களையும் கம்யூனிஸ்டுக்கு இட்டுச் சென்றார்கள்.

புதுமைச் சேர் உலகைப் படைப்போம்; எழுவீர்
கொடுந்துயர் உலகை மாய்ப்போம்; எழுவீர்

என பாட்டு முழங்கியது. கம்யூனிஸ்ட் அகிலத்தில் 4வது மாநாடு பல நாடுகளில் வந்திருந்த தோழர்கள், பிரெஞ்சு, ஜெர்மனி, இத்தாலி, துருக்கி, ஜப்பான், இங்கிலாந்து, நார்வே, பின்லாந்து, எஸ்தோனியா, லாட்வியா இன்னும் பல மொழிகளில் பாடினார். லெனினும் அவர் களுடன் சேர்ந்து பாடினார்.

இதுவே நமது இறுதிப்போர்
வெற்றிக் களிப்பில் மிதந்திடுவோம்
சர்வ தேசியம் பொலிவுறட்டும்
மனித குலம் நீண்ட வாழ்வுடனே

என முழங்கினர்; பாடினர்.

தொழிலாளர்களின் அக்டோபர் புரட்சியின் எதிரொலி மார்க்ஸிய கம்யூனிஸ்ட் இயக்கம் ஆங்காங்கு எழுந்தது.

லெனின் மேடையில் ஏறினார்.

சோவியத் நாட்டில் பொருளாதாரம் எப்படி இயங்குகிறது, ஐந்து ஆண்டுகளில் என்ன சாதித்திருக்கிறோம், போரில் வெற்றி பெற்றோம், பஞ்சத்தை வென்றோம், சீரழிவை வென்றெடுத்தோம், குடியானவர்கள் தொழிலாளர்கள் வாழ்க்கை நிலைகளை ஓரளவு உயர்த்தி உள்ளோம். இன்னும் நிறைய இயந்திரங்கள் தேவை. இயந்திரங்கள் இல்லாமல் கம்யூனிஸத்தை நிறுவ முடியாது. எங்கள் நோக்கம் கம்யூனிஸமே, வெளிநாட்டுத் தோழர்களே உங்கள் குறிக்கோள் புரட்சி. இதுவே லெனின் பேசியதன் சாரம்.

கம்யூனிஸ்ட்களின் மாபெரும் கூட்டம் எழுந்திருந்து 'லெனின் வெல்க! லெனின் நீடூழி வாழ்க!' என வாழ்த்தொலி முழங்கினர்.

லெனின் அளவுக்கு அதிகமாக உழைத்தார். அவருக்கு முழு அமைதி அவசியமானது என்றனர் மருத்துவர்கள்.

லெனின் மிகவும் உடல்நிலையில் பாதிக்கப்பட்டார். கிரெம்ளின் வீட்டின் சிற்றறையில் உறக்கம் கொண்டிருந்தார்.

லெனினோ வேலை செய்யாமல் உறங்கிக் கிடக்க விரும்பவில்லை. 1922ஆம் ஆண்டு டிசம்பர் மாதம் 30 ஆம் நாள் சோவியத் சோசலிஸ்ட் குடியரசுகளின் யூனியன் நிறுவப்படுவது குறித்த உடன்படிக்கை காங்கிரஸில் உறுதியானது.

சோவியத் யூனியன் முற்றிலும் புதிய அரசாக, அர்மீனியாவும், அஸர் பைஜானும், ஜியார்ஜியாவும் பல பகுதிகளாக கருதப்பட்டது. மக்களுக்கு சுயாட்சிக்கான எந்த வளர்ச்சியும் கிட்டவில்லை. பள்ளிகளில் தாய் மொழியில் பயில இயலவில்லை. சிறு மாநிலங்கள் வளரவில்லை. அவைகள் பின்னுக்குத் தள்ளப்பட்டன. இந்தச் சமமின்மையை லெனின் வெறுத்தார். சிந்தித்தவாறு இருந்தார்.

அன்றைய தினம் மருத்துவர்கள் அவர் எழுத அனுமதித்தனர். அதுவும் நாற்பது நிமிடங்கள் மட்டுமே. சுருக்கெழுத்தாளி எழுதி முடித்தார். லெனின் முகத்தில் துயரமோ, அச்சமோ இல்லை. அமைதி தவழ்ந்தது.

துணைவியார் குரூப்ஸ்காயா அவரைப் பேணுவதில் கவனம் செலுத்தினார்.

'இன்று புத்தாண்டின் நள்ளிரவு. அதனால் மகிழ்ச்சியுடன் இருக்கிறீர்கள்' என்று அவருக்கு 'குட்நைட்' சொல்லி முத்தமிட்டார்.

குறித்த நேரத்தில் எழுத்து உதவியாளர் வருவார். நாள்தோறும் ஒரு மணி நேரம் என எழுதினார். மற்ற நேரங்கள் நாட்குறிப்பில் தன் எழுத்துப் பயணத்தைத் தொடர்ந்தார். ஆனாலும் அதில் தன் உடல் நிலை பற்றியோ, சொந்த விவகாரங்கள் குறித்து எழுதியதே இல்லை.

நோயால் படுக்கையில் உழன்றாலும் தமது கருத்தை, எண்ண ஓட்டத்தை உதவியாளர் மூலம் கதைத்து சொல்லி 'பிராவ்தா' ஏட்டில் வெளியாகின. மேலும் உடல்நிலை பாதிக்கப்பட்டது. 'அரசின் அறிவிப்பு' என்று செய்தித்தாள் வெளியானது. மருத்துவர்கள் இரவு பகலும் அவரை கவனித்தனர்.

மாலை நேரம். ஆயிரமாயிரம் உள்ளங்கள் பதைபதைப்புடன் நிலைமை என்ன? என்று வினவினார்கள். கிரெம்ளின் அறையில் நிலை என்ன?

லெனின் தன் இமைகளை திறந்தார். 'நீ இங்கே இருக்கிறாயா?' என குருப்ஸ்காயாவிடம் வினவினார். 'உனக்கு உடம்பு சரியாகி விடும். சித்த உறுதியுடன் இருங்கள் விளாதிமிர்' என்றார்.

"வாழ்நாள் முழுதும் நீ மக்களின் இன்பத்துக்காகப் போராடினாய். இப்போது உனக்காகப் போராடு. இதுவும் மக்களுக்காகவே, புரட்சிக்காகவே, ஆற்றல் முழுவதையும் பயன்படுத்து; போராடு" என பதில் அளித்தார்.

'ஆகட்டும்' என்றார் லெனின்.

●

நீண்ட உறக்கம்

உழைப்பாளி மக்களுக்கும், வரலாற்றுக்கும் தான் மேற்கொண்டுள்ள பொறுப்பை எப்போதையும் விட இப்போது கட்சி உணர்ந்தது.

லெனின் தூய காற்றை சுவாசித்தார். உடல் சீரானது. சற்றே தடியை ஊன்றியவாறு நடக்கத் தொடங்கினார். இடது கையால் எழுதப் பழகினார். லெனின் வாய்விட்டுச் சிரித்தார். எல்லாரும் மகிழ்ந்தனர்.

அக்டோபர் மாதம் ஒரு நாள் லெனின் தடியை ஊன்றியவாறு தாம் மாஸ்கோ செல்வதாக ஜாடையால் உணர்த்தினார். 'காரை எடுங்கள்' என்றார். குருப்ஸ்காயாவும், சகோதரி மரியாவும் கதிகலங்கினர்.

மருத்துவர்களும் இப்பயணம் வேண்டாம் என எச்சரித்தனர். லெனின் பிடிவாதக் குணத்தை தடுக்க முடியவில்லை. 'ரோல்ஸ் ராய்ஸ்' கார் மாஸ்கோ சென்றது.

மாஸ்கோவில் தன் அறைக்குச் சென்றார். அறையைச் சுற்றி நோட்ட மிட்டார். உலக வரைபடத்தினையும், மார்க்ஸின் படத்தையும், மேஜை மீதிருந்த டெலிபோன், புத்தகங்களை பார்வையிட்டார்.

பிறகு கிரெம்ஸனிலிருந்து புறப்பட்டு மாஸ்கோ நகரை சுற்றிப் பார்த்தார். விவசாய கைத்தொழில் பொருட்காட்சியைக் கட்டாயம் காண விரும்பினார். உடலில் சோர்வும் உள்ளத்தில் உற்சாகமும் உயிர் துடிப்பும் கொண்டவராக மாஸ்கோவிலிருந்து திரும்பினார்.

1922 ஆம் ஆண்டு நவம்பர் 26ஆம் தேதி பல்ஷோய் தியேட்டரின் லெனின் ஆற்றிய இறுதிச் சொற்பொழிவை நினைவு கூர்ந்தார் குருப்ஸ்காயா.

'புதிய பொருளாதாரக் கொள்கை கடைப்பிடிக்கும் ரஷ்யாவி லிருந்து சோசலிஸ்ட் ரஷ்யா தோன்றும்' என்றார்.

'வசந்த காலத்துக்குள் கட்டாயம் குணப்படுத்தி விடுவோம்' என்றனர் மருத்துவர்கள்.

'வாழ்க்கைப் பிடிப்பு' என்ற கதையை அன்று வாசித்தார் குருப்ஸ்காயா.

பட்டினியால் சோர்ந்திருந்த ஒருவன் அடர்ந்த வெட்டவெளியில் நடக்கிறார். அவனுடைய வலிமை சிறிது சிறிதாக தொய்வடைந்து வருகிறது. அவனால் நடக்க முடியவில்லை. அங்கே நோய்வாய்ப் பட்டு வீழ்ந்து கிடந்தது ஓநாய். அவனுக்கும் ஓநாய்க்கும் இடையே போட்டி. வெற்றி யாருக்கு? ஓநாய்க்கா? இல்லை. மனிதனே வெல்கிறான். நம்ப முடியாத வாழ்க்கைப் பிடிப்பு அவனுள்ளே வலிமையைத் தருகிறது. தொலைவில் ஒரு கப்பல். அங்கே இருந்தது.

அவனது வாழ்க்கை. எனவே மனிதன் தவழ்ந்து தவழ்ந்து முன்னேறு கிறான். இந்தக் கதை லெனினுக்குப் பிடித்திருந்தது. அவருக்குள் ஒரு கிளர்ச்சியை உண்டாக்கியது என்பது குருப்ஸ்காயா உணர்ந்தாள்.

மீண்டும் ஒரு முறை நோய் தாக்கியது. அதுவும் பயங்கரமானது.

1924ஆம் ஆண்டு 21ஆம் நாள் மாலை ஐந்து மணி அளவில் கோர்க்கி கிராமத்தில் உறங்கப் போனார்; இன்னும் நம்முடன் உறங்கிக் கிடக்கிறார்.

•

சோவியத் ரஷ்யாவே துயரில் மூழ்கியது. அவரது உறங்கும் உடலைத் தாங்கி ரயில் மாஸ்கோவுக்கு அழைத்து வரப்பட்டது. இருப்புப் பாதை இரு மருங்கிலும் நின்றார்கள் விவசாயிகள்.

எஞ்சின் டிரைவர், "தோழர்களே! தோழர் லெனின் இந்த எஞ்சினுக்கு கௌரவ டிரைவராக, எனக்கு உதவியாளராக இருந்தார். அது போதும். அப்போது நான் அவருக்கு, நேரம் தவறுவதில்லை என்று நான் வாக்கு கொடுத்தேன். இன்று சரியாக ஒரு மணிக்கு மாஸ்கோ வில் இருக்க வேண்டும் என்று உத்தரவு. சொன்ன சொல்லை காப்பாற்ற வேண்டும். இது தோழர் லெனினின் உத்தரவு" என்று கண்ணீர் வடித்தார். மக்களும் அழுதார்கள்.

> ***"கம்யூனிசம் என்பது நியாயமும் உண்மையும் ஆகும். எல்லாருடைய நல் வளத்துக்காகவும், எல்லோரும் சேர்ந்து உழைப்பதாகும். புதுமையைத் தேடி மேலும் மேலும் முன்னேறி செல்வதாகும். இன்பத்தையும் அழகும் சால்பும் திகழும் வாழ்க்கையையும் பற்றிய நமது கனவும் நினைவும் வெற்றியும் ஆகும்."***

லெனினைத் தொடர்ந்து அவரது சோவியத் புரட்சிக் கனவை ஜோசப் ஸ்டாலின் நிறைவேற்றினார். அதனை எனது 'இரும்பு மனிதன் ஸ்டாலின்' நூலில் காண்க.

❖